# சாமி ஊர்வலம் வராத தெருவில் வசித்தவர்கள்

---

சென்னையர் கதைகள்

கிழக்கு பதிப்பகம்
2018ம் ஆண்டு நடத்திய
'சென்னை சிறுகதைப் போட்டி'யில்
தேர்வு பெற்ற கதைகளின் தொகுப்பு.

சாமி

# ஊர்வலம் வராத தெருவில் வசித்தவர்கள்

சென்னையர் கதைகள்

கிழக்கு

சாமி ஊர்வலம் வராத தெருவில் வசித்தவர்கள்: சென்னையர் கதைகள்
Saami Oorvalam Varadha Theruvil Vasithavargal: Chennaiyar Kathaigal


First Edition: December 2018
160 Pages

ISBN 978-81-8493-977-4
Kizhakku 1142

Kizhakku Pathippagam
177/103, First Floor, Ambal's Building, Lloyds Road,
Royapettah, Chennai - 600 014. Ph: +91-44-4200-9603
Email : support@nhm.in Website : www.nhm.in

kizhakkupathippagam kizhakku_nhm

Cover Image: Shutterstock ©

Kizhakku Pathippagam is an imprint of New Horizon Media Private Limited

சென்னை தினத்தை முன்னிட்டு கிழக்கு பதிப்பகம் நடத்திய 'சென்னை சிறுகதைப் போட்டி'க்கு 200க்கும் மேற்பட்ட கதைகளை எழுத்தாளர்கள் அனுப்பி இருந்தார்கள்.

இக்கதைகளைப் படித்து, வெற்றி பெற்ற கதைகளை அறிவிக்கும் நடுவர்களாக இருந்து செயல்பட்டவர்கள் எழுத்தாளர் அரவிந்தனும், எழுத்தாளர் ஆர். அபிலாஷும்.

இதில் பங்குகொண்ட அனைத்து எழுத்தாளர்களுக்கும், நடுவர்களுக்கும், மீடியா பார்ட்னரான மயிலாப்பூர் டைம்ஸுக்கும், வின்சண்ட் அவர்களுக்கும் கிழக்கு பதிப்பகத்தின் சார்பில் நன்றி.

**பதிப்பாளர்**

# ஒவ்வொருவரிடமும் ஒளிந்திருக்கும் கதைகள்

இலக்கிய வடிவங்களில் சிறுகதை என்பது மிகவும் சவாலானது. சிறுகதை என்பது சிறியதாக எழுதப்படும் கதை என்னும் மேலோட்டமான கண்ணோட்டத்திலிருந்து தமிழ்ச் சிறுகதை வடிவம் வெளிவந்து நூறாண்டுக்கும் மேல் ஆகிறது. ஒற்றை இழை, ஒற்றைச் சிக்கல், ஒரு தருணம், ஒரு உணர்வு என 'ஒன்றின்' மேல் வலுவாகச் சாய்து நிற்கும் சிறுகதை, ஒற்றைப் பரிமாணம் கொண்டதாக இருக்க வேண்டிய அவசியம் இல்லை. எடுத்துக்கொள்ளும் பொருள் ஒற்றையாக இருக்கலாம். ஆனால் அது கையாளப்படும் விதத்தில் அதில் பல்வேறு பரிமாணங்கள் கூடிவிடும். புதுமைப்பித்தன் முதல் இமையம்வரை பலரது சிறுகதைகளை எடுத்துக்கொண்டு இதை விளக்கலாம், புரிந்துகொள்ளலாம்.

முரண் என்னும் அம்சமும் சிறுகதைக்கு முக்கியம். மையச் சரடினை ஊடறுக்கும் மாற்றுச் சரடு ஒரு கதையை அல்லது சம்பவத்தைச் சிறுகதை என்னும் அலாதியான இலக்கிய வடிவமாக ஆக்குகிறது. இரு வேறு போக்குகள் சந்திக்கும் புள்ளியில் திறக்கும் சாத்தியம் அல்லது சாத்தியங்கள் சிறுகதையின் கலாபூர்வமான தன்மையைத் தீர்மானிக்கிறது. சொல்லும் விதத்தில் உள்ள நுட்பம், பாத்திரம் / இடம் / நிகழ்வுகளின் சித்தரிப்பில் கச்சிதத்தன்மை ஆகியவை வாசிப்பு அனுபவத்தைச் செழுமைப்படுத்துகின்றன. இட வசதியின்மை கருதிச் சிறதை இலக்கணத்தை ஒற்றை மையம், பன்முகப் பரிமாணம், முரண் அம்சம், கூறுமுறையில் நுட்பமும் கச்சிதமும் என்பதாகச் சுருக்கமாக நினைவுபடுத்திக்கொண்டு மேலே செல்லலாம் என நினைக்கிறேன்.

கிழக்கு சிறுகதைப் போட்டியில் பரிசீலனைக்குத் தேர்ந்தெடுக்கப் பட்ட 44 கதைகளில் மேற்படி இலக்கணங்களுக்குள் பொருந்தும் கதைகள் மிகவும் குறைவு. பெரும்பாலான கதைகள், சம்பவங்களின் தட்டையான சித்தரிப்பாகவே உள்ளன. மிகை உணர்ச்சி வெளிப் பாடுகளும் செயற்கையான கதை நகர்வுமாகப் பல கதைகள் சலிப்பூட்டுகின்றன. பலரும் கதைக்குள் கருத்து சொல்லி நோக அடிக்கிறார்கள். ஏற்கனவே வந்த கதைகளின் பாணிகளில் பல கதைகள் பரிதாபமான முறையில் நகலெடுகப்பட்டிருக்கின்றன. பல கதைகள் நிலை படிவங்களுக்குள் அழுத்தமாகச் சிக்கிக்கொண்டிருக் கின்றன. சில கதைகள் முற்போக்கு நிலை படிவங்களுக்குள். சில கதைகள் வெகுஜனக் கதைகளின் நிலை படிவங்களுக்குள். சிலர் கருத்து சொல் வதற்காகவே கதை என்னும் மனநிலையில் ஊறியிருக்கிறார்கள்.

சிலருக்குச் சொல்ல உருப்படியான கதைக் கரு இருக்கிறது. ஆனால், அதைச் சிறுகதையாக மாற்றத் தெரியவில்லை. சிறுகதை குறித்த புரிதலும் மெனக்கெடலும் குறைவாக இருப்பதுதான் இந்தப் பிரதிகளின் பலவீனத்துக்கு முக்கியக் காரணம்.

இவற்றுக்கு நடுவில் ஒரு சில கதைகள் தனித்து நிற்கின்றன. கலைப் படைப்பு அல்லது அதற்கான முயற்சி என்று சொல்லத்தக்க விதத்தில் உள்ளன. அந்தக் கதைகளின் பட்டியலை இங்கு தருகிறேன்.

*மதுஸ்ரீதரன் எழுதிய ஹாட் சீட்:* கருவும் அதை வெளிப்படுத்திய முறையும் கவனிக்கத்தக்கவை. அனுபவம் அல்லது எண்ணம் கதையாக உருப்பெறும் விதம் பலவீனமாக உள்ளது.

*சத்யா எக எழுதிய வீட்டுக்கொரு கதை:* கருவும் அதைச் சொன்ன விதமும் பரவாயில்லை. மேலும் சிறிது மெனக்கெட்டிருந்தால் சிறப்பான கதையாக வந்திருக்கும்.

*சிவகுமார் கே எழுதிய பிழைப்பு:* வலுவான கதைக் கரு. கூறல் முறையும் பக்குவமாக உள்ளது.

*வெங்கட் எழுதிய அம்மாவின் மொழி:* உறவு சார்ந்த உணர் வெழுச்சியை மையமாகக் கொண்ட கதை. செயற்கையான நாடகீயத் தன்மையோ மிகை அழுத்தங்களோ இல்லாமல் எழுதப்பட்டுள்ளது.

*2098 - சிவகுமார் கே:* வித்தியாசமான கரு. கதையைச் சொன்ன விதமும் பரவாயில்லை.

*வேதாவின் சந்தோஷங்கள் - சித்துராஜ் பொன்ராஜ்:* நன்கு சொல்லப் பட்ட கதை. கதையின் கருவுக்கு ஏற்ற தொனியும் சித்தரிப்பில் நுட்பமும் இதன் சிறப்பம்சங்கள்.

மல்லன் - அபுல் கலாம் ஆசாத்: கரு, கதை கூறல், பாத்திரச் சித்தரிப்பு, சம்பவ நகர்வு, காலம் ஊடாடும் விதம், கச்சிதம், சிக்கனம், நுட்பம், மொழிப் பயன்பாடு, ஆகிய அம்சங்களால் இந்தக் கதை என்னளவில் இந்தத் தொகுப்பில் சிறந்த கதை.

●

ஒவ்வொரு மனிதரிடமும் சில கதைகள் இருக்கும். ஆனால், ஒரு சிலரால்தான் தன்னிடம் உள்ள கதையைச் சுவையாகவும் வலிமை யாகவும் சொல்ல முடிகிறது. அதைச் சிறுகதை என்னும் அலாதியான கலையாக மாற்றும் நுட்பம் மிகச் சிலருக்கே வசப்படுகிறது. வாசிப்பின் வீச்சு, வாசித்ததை உள்வாங்கிக்கொள்ளும் விதம், எழுத்துத்திறன், தொழில்நுட்ப அம்சங்கள், மொழி, கலை நோக்கு, மெனெக்கெடல் எனப் பல அம்சங்கள் ஒரு கதையைக் கலாபூர்வ மான படைப்பாக மாற்றுவதற்குத் தேவை. தொகுப்பில் உள்ள கதைகளை எழுதிய சிலரிடமேனும் இந்தக் கூறுகள் இருப்பதற்கான அடையாளங்கள் தெரிகின்றன. அதுவே இந்தத் தொகுப்பின் ஆரோக்கியமான அம்சம் எனச் சொல்லலாம்.

**அரவிந்தன்**

# இக்கதைகள் சொல்வதென்ன?

கிழக்கு பதிப்பகம் நடத்திய 2018 சிறுகதைப் போட்டிக்கு சென்னை தான் மையம், பாடுபொருள், களம். இதற்கு அனுப்பப்பட்ட பல நூறு கதைகளில் 170 கதைகள் முதல் கட்டமாய் வடிகட்டப்பட்டு என்னிடம் வந்தன. அவற்றில் இருந்து முதல் மூன்று பரிசுகளுக்கான கதைகளை தேர்ந்தெடுக்கும் பொறுப்பு எனக்கு வழங்கப்பட்டது. விருதுக் குழுவில் ஒருவனாய் இக்கதைகள் எனக்கு அளித்த அனுபவம் என்ன? கற்றுத் தந்ததென்ன? இக்கதைகளை படிப்பதன் மூலம் இன்றைய சிறுகதை உலகம் குறித்து நான் செய்துகொண்ட அவதானிப்புகள் என்ன? (கிழக்கு அளித்த சன்மானத் தொகையுடன்) இக்கதைகளை வாசிப்பதும் எனக்கு நிறைவை அளித்தது. ஏனென்று இறுதியில் சொல்கிறேன். முதலில் எனக்குத் தெரிய வந்தவை:

1) நான் அதிகமும் இலக்கிய, நடுநிலை இதழ்களில் வரும் கதைகளுடன் பரிச்சயம் கொண்டவன். விகடனில் வெளியாகும் கதைகளை அவ்வப்போது மேய்பவன். இந்த உலகங்களில் அதிகம் தென்படாத சிறுகதை எழுதும் மற்றொரு கூட்டத்தாரை இந்தத் தேர்வு அனுபவம் எனக்கு காட்டித்தந்தது. இவர்களின் கதை கூறும் முறையை, அவர்களின் ஆர்வங்களை நான் அறிந்து கொண்டேன்.

2) இவர்களிடம் இலக்கிய சிறுகதைகளின் தீவிரமும் வித்தியாசமாய் மொழியை பயன்படுத்தும் போக்கும் உள்ளது; வணிக கதையெழுத்தின் சரளமும் சுவாரஸ்யமும் உள்ளது. இந்த வகை எழுத்தாளர்கள் இலக்கிய / நடுநிலை சிறுகதைக்கும் வணிக சிறுகதைக்கும் நடுவில் இருக்கிறார்கள். நடுநிலை பக்கத்தில் ஒரு கோடு இழுத்து அங்கே நடந்து செல்லும் எழுத்தாளர்கள் இவர்கள்.

3) முன்பு மார்க்ஸிய / இடதுசாரி எழுத்தாளர்கள் ஒரு தனி தரப்பாய் இருந்தனர். ஆனால் இன்று அவ்வாறு ஒரு தனிக்குரலாய் அவர்கள் இல்லை. மாறாக, சமூக வலைதள / ஊடக பாதிப்பால் சமூக அரசியல் போராளிகளின் அலை ஒன்று உருவாகி உள்ளது. இதன் தாக்கத்தை இக்கதைகளில் காணமுடிகிறது.

4) அடுத்து விளிம்புநிலை வாதம். ஆரம்பத்தில் மார்க்ஸியர்களும் ரெண்டாயிரத்தில் தலித், பின்நவீன படைப்பாளிகளும் விளிம்பு நிலை மனிதர்களை தம் படைப்பில் முன்னிலைப் படுத்தினார்கள். இன்று இக்கதைகளில் இப்போக்கு தீவிரமாகி உள்ளதை காணமுடிந்தது. பரிசு பெற்ற சோ. சுப்புராஜின் 'சாமி ஊர்வலம் வராத தெருவில் வசித்தவர்கள்', கே. ஸ்ரீதரின் 'அடப்புசாமி' ஆகிய கதைகள் நேரடியான உதாரணங்கள். இக்கதைகளைத் தேர்ந்தெடுத்த நானும் அரவிந்தனும் இலக்கிய எழுத்தாளர்கள் என்பதையும் நீங்கள் கவனிக்கவேண்டும். தனிமனித அகச்சிக்கல்களைவிடப் புற / சமூகப் பிரச்சனைகளை அலசுவதும் கையாள்வதும் இன்று புனைவில் முக்கியமாகி இருக்கிறது. இதை எங்கள் இலக்கிய மனமும் தன்னிச்சையாய் அங்கீகரிக்கிறது என்பது முக்கியம். இவர்கள் தாம் அடுத்தகட்ட இலக்கிய எழுத்தாளர்கள் என நான் கூறவில்லை; ஆனால் அடுத்த தலைமுறையின் இலக்கியப் புனைவில் இந்தப் போக்கும் இடம்பெறப் போகிறது என்கிறேன். தனிமனிதவாதம் பெரும் பாலும் காலியாகி வருகிறது. இலக்கியத்திலும் வெகுஜன, நடுநிலைப் புனைவிலும் மனிதனுக்கும் தன் சமூகத்துக்குமான நேரடியான சிக்கலான உறவே நாம் இனி நாம் நம் கதைகளில் பேசப்போகும் பொருளாக இருக்கும். இக்கதைகள் அதற்கான பச்சை விளக்கைக் காட்டுகின்றன.

5) சித்ரூபனின் 'மனிதம்' நவீனத்துவ கதைகூறலின் கச்சிதமும் லட்சியத்தை பகடி செய்யும் போக்கும் கொண்டது. விழுமியங்கள் மதிப்பற்ற ஒரு சமூகத்தில் ஒரு நாணயமான மனிதன் அடையும் துன்பமும், அதன் அபத்தமும் என்னவெனப் பேசுகிறது. அதே நேரம் ஒரு தனிமனிதன் தன் லட்சிய பிடிப்பை கைவிட வேண்டிய தில்லை என்கிறது - ஒரு நம்பிக்கை நினைவூட்டலுடன் முடிகிறது. எனக்கு இதை சார்த்தர் எழுதிய இருத்தலியல் கதைகளை நினைவுபடுத்தியது - தன் முடிவுகளுக்கு அர்த்தமற்ற சமூகத்தில் தான் வாழ்வதை உணராதவன் இக்கதையின் பூபாலன். அவன் அதை உணர்ந்தால் அது சார்த்தரின் கதை, உணராத போது சித்ரூபனின் கதை.

6) 'மல்லன்' ஒரு கச்சிதமான வணிகக் கதை - சொல்லப் போனால் ஒரு வணிகத் திரைக்கதைக்கான கல்யாண குணங்கள் பொருந்தியது. சமூக அங்கீகாரம் பெறாத ஒரு தனிமனிதன், அவனது வீழ்ச்சியும் துயரமும் அந்த இழப்பை அவரது மகன் ஈடுசெய்து, பின்னர் அவன் தன் தகப்பனின் மதிப்பையும் சுயமாய் உணர்வதை சித்தரிக்கிறது. இப்படி இன்றைய கலைகளின் ஒரு போக்கில் இலக்கிய, நடுநிலை, வணிக முகங்கள் ஒன்றாய் கலந்து சுழித்தோடுவதை இவ்வாறு நமது இன்றைய தலைமுறையின் எழுத்து மாறிவருவதை இந்தத் தொகுப்பு காட்டுகிறது.

ஆறுதல் பரிசு பெற்ற 'பிழைப்பு', 'அம்மாவின் மொழி', '2098', 'கலக்கி', 'டண்டனக்கா', 'வேதாவின் சந்தோஷங்கள்', 'பதகளிப்பு', 'இப்போதாவது சொல்லட்டும்', 'ஆர்வலர்', 'வீட்டுக்கொரு கதை', 'ஆட்கொணர்வு', 'அசையும்யோலை' ஆகிய கதைகளுக்கும் நான் மேலே குறிப்பிட்டுள்ள விசயங்கள் பொருந்தி வரும்.

இந்த வாய்ப்பை நல்கிய கிழக்கு பதிப்பகத்துக்கும் இக்கதைகளை எழுதிய படைப்பாளிகளுக்கும் என் நன்றிகள்!

**ஆர். அபிலாஷ்**

# உள்ளே

## முதல் பரிசு



## இரண்டாம் பரிசு



## மூன்றாம் பரிசு

# சாமி ஊர்வலம் வராத தெருவில் வசித்தவர்கள்

சோ.சுப்புராஜ்

மேளச் சத்தமும் குலவைச் சத்தமும் வேட்டுச் சத்தமும் கூட்டத்தினர்களின் ஆரவாரமும் உச்ச ஸ்தாயியில் கேட்கத் தொடங்கின. சமையலறையில் கைவேலையாக இருந்த இசக்கிமுத்துவின் அம்மா சின்ன பிள்ளையின் குதூகலத்துடன் அவனிடம் ஓடிவந்து, ''சாமி ஊர்வலம் நம்ம தெருவுக்குள்ள நுழைஞ்சிருச்சு போலருக்குப்பா'' என்றாள். அவளின் முகமெல்லாம் பெரிய தாமரைப் பூப்போல மலர்ந்து கிடந்தது.

சென்னையின் புறநகரில் இருந்தது கிராமமும் நகரமும் இல்லாத அந்தக் குடியிருப்புப் பகுதி. சில மாதங்களுக்கு முன்புதான் இசக்கிமுத்து அங்கு நிலம் வாங்கி வீடுகட்டிக் குடிவந்திருந்தான்.

''அதுக்கென்ன இப்ப, போய் வேலையப் பாரும்மா...'' என்று அம்மாவின் மீது எரிந்து விழுந்தான் இசக்கிமுத்து. அவனுடைய கோபத்தில் நிறைய வலிகளும் கசப்புகளும் கொப்பளித்து வந்தன.

''அதுக்கில்லப்பா, நான் வெளியில போயி சாமி ஊர்வலத்தப் பார்த்துட்டு மட்டுமாவது வரட்டுமா?'' என்று இறைஞ்சுகிற தொனியில் மகனிடம் கேட்டாள் அவள்.

இசக்கிமுத்து பதிலேதும் சொல்லாமல் அம்மாவை முறைத்துப் பார்க்கவே, ''தெருவுக்கெல்லாம் போகாம நம்ம வீட்டு வாசல்ல கேட்டுக்குப் பின்னால நின்னாவது பார்த்துக்கிறேனே...'' என்று கெஞ்சினாள் அவனுடைய அம்மா.

''ஏம்மா குழந்தை மாதிரி இப்படிப் பிடிவாதம் பிடிக்கிற இப்ப. நம்மள மாதிரியானவங்களுக்கு சாமி, பூதம் எல்லாம் தேவை யில்லம்மா. சொன்னாக் கேளும்மா'' என்றான் அவனும் கோபம் குறைந்தவனாய்.

இசக்கிமுத்து மனிதர்கள் மீதும் தெய்வங்களின் மீதும் நம்பிக்கை இழந்திருந்தான். காரணம் அவனுடைய கிராமத்தில் அவனும் அவனைச் சேர்ந்தவர்களும் சொல்லொணாத் துயரங்களுக்கு ஆளாகி இருந்தார்கள். அதற்கெல்லாம் காரணம் மனிதர்களும் அவர்கள் கொண்டாடும் தெய்வங்களும்தான்.

இதே போன்ற ஒரு சாமி ஊர்வலத்திற்கான சண்டையில்தான் அவனுடைய அப்பாவே பலியாகி இருந்தார். அவனுடைய தாத்தா இருளாண்டிதான் ஒவ்வொரு வருஷமும் ஊரில் திருவிழா வருகிறதென்றால் ஊர்சாற்றி ஒவ்வொரு தெருமுக்கிலும் நின்று சத்தம் போட்டு அறிவிப்பார்.

''வர்ற ஆடி மாசம் கடைசி வெள்ளிக்கிழமை நம்மூரு காளியம்மனுக்குத் திருவிழா. அதுபத்திப் பேசுறதுக்கு இன்னைக்கு ராவுல நம்ம காளிகோயில்ல ஊர்க்கூட்டம் கூட்டப் போறாங்க. அதுல வீட்டுக் கொரு ஆளு தவறாம கலந்துக்கனும் சாமியோவ்...'' என்று சொல்லி விட்டு அவருடைய இடுப்பில் மாட்டியிருக்கும் மிகச்சிறிய கொட்டை இரண்டு குச்சிகளால் தபதபவென அடித்துக்கொண்டு போவார்.

அன்றிலிருந்து அனேகமாக தினசரி ஊர்த் திருவிழா பற்றிய ஏதோ அறிவிப்புகளுக்காக மாலை வேளைகளில் தாத்தா ஊர்சாற்றிக் கொண்டிருப்பார். சில சமயங்களில் காலையிலும் மாலையிலுமாக இரண்டு வேளைகளும் ஊர்சாற்ற வேண்டியிருக்கும்.

அவர் இடுப்பில் ஒரு அழுக்கு வேட்டி மட்டும்தான் கட்டியிருப்பார். மேலுக்குச் சட்டையெல்லாம் போட்டிருக்க மாட்டார். அவரின் தோளிலிருந்து சின்னக் கொட்டு தொங்கிக்கொண்டிருக்கும். இசக்கிமுத்து சிறுவனாக இருந்தபோது தாத்தா ஊர்சாற்றப் போகும் போது அவருடனேயே போவான்.

அவர் அந்தக் கொட்டை வீட்டில் கழட்டி வைத்த பின்பு அவனும் அதை அடித்து தாத்தா போல மழலைக் குரலில் அறிவிப்புகளைச்

சொல்வான். அவனுடைய பாட்டியும் அம்மாவும் சந்தோஷமாகச் சிரிப்பார்கள்.

ஆனால் அவனுடைய அப்பா சடையாண்டி இருந்தால் இசக்கி முத்துவை சத்தம் போடுவார். சமயங்களில் அடித்தும் விடுவார்.

''எத்தனை காலத்துக்குத்தான் இப்படி ஏவல் நாய்களா வேலை செஞ்சுக்கிட்டு அதைப் பெருமையா வேற பேசிக்கிட்டு இருப்பீங்களோ... போய்ப் படிடா...'' என்று அவனைக் கடிந்து கொள்வார்.

சடையாண்டி கொஞ்சம் படித்திருந்ததால் பக்கத்தில் உள்ள விருதுநகரில் ஒரு அரசாங்க அலுவலகத்தில் பியூனாக வேலை பார்த்துக்கொண்டிருந்தார். அது வட்டாட்சியர் அலுவலகம் என்பதால் அங்கு வருகிற பொதுமக்கள் எல்லோரும் தங்களின் காரியம் ஆக வேண்டுமென்பதற்காக சடையாண்டியிடம் மரியாதை யாக நடந்து கொள்கிறார்கள்.

அந்தத் திமிரில்தான் அவர் இப்படியெல்லாம் நடந்து கொள்வதாக தாத்தா தன்னுடைய மகனிடம் சண்டைக்குப் போவார்.

''தறிகெட்டு ஆடாதடா. தலைமுறை தலைமுறையா நமக்குக் கஞ்சி ஊத்துற ஊருடா இது. இவங்களுக்கு ஏவல் நாயா இருந்தா என்னடா தப்பு...?'' என்பார்.

''நீ ஏவல் நாயா இருந்துட்டுப் போ. என் பிள்ளைய அதுல பழக்காத...'' என்பார் சடையாண்டியும் கோபமாய். அதனால் இசக்கிமுத்து பெரிய பையனாக வளர வளர தாத்தாவுடன் போவதைத் தவிர்த்துவிட்டான்.

சுமார் பத்துப் பன்னிரண்டு வருஷங்களுக்கும் முன்பு இசக்கிமுத்து வின் தாத்தா ஊர்த் திருவிழாவிற்கு வழக்கம் போல் கொட்டடித்து அறிவிப்பு செய்ய, அன்றைக்கு இரவு காளிகோயிலின் முன்பு ஊர்க்கூட்டம் கூடியிருந்தது. அப்போது இசக்கிமுத்து கல்லூரிப் படிப்பை முடித்து வேலைகளுக்கு விண்ணப்பித்துக்கொண்டும் அரசு வேலைகளுக்கான தேர்வுகளை ஒன்றுவிடாமல் எழுதிக்கொண்டும் தண்டச்சோறு என்று வீட்டில் உள்ளவர்களிடம் திட்டு வாங்கிக் கொண்டும் கால்போகிற போக்கில் தெருக்களில் அலைந்து கொண்டும் இருந்தான். அதனால் ஊர்க்கூட்டம் நடைபெறும் இடத்திற்கு அவனும் போய் வேடிக்கை பார்த்துக்கொண்டிருந்தான்.

ஊரின் பெரியதனக்காரர்கள் நான்கைந்து பேர் மட்டும் தரைமட்டத்தி லிருந்து மூன்றடி உயரத்தில் போடப்பட்டிருந்த கோயிலின் அகலமான பலகைக் கல்லில் உட்கார்ந்திருந்தார்கள். பலகைக் கல்லிற்குக் கீழே உள்ள கல்படிகளில் ஒவ்வொரு சாதியிலும் முக்கியமானவர்கள் நெருக்கி உட்கார்ந்திருந்தார்கள்.

மற்றவர்கள் எல்லோரும் மண்தரையில் உட்கார்ந்திருக்க அவர்களுக்கும் பின்னால் ஊருக்கு ஒதுக்குப்புறமாய் இருக்கும் நாலைந்து தெருக்காரர்களும் துண்டுகளைக் கட்கத்தில் வைத்தபடி பவ்யமாய்த் தலை குனிந்தபடி நின்று கொண்டிருந்தார்கள்.

அவர்களுடன் சடையாண்டியும் இன்னும் சிலரும் வேஷ்டிக்கு மேல் சட்டையெல்லாம் போட்டு முகத்தில் பயமோ உடலில் பவ்யமோ எதுவும் இல்லாமல் நின்றிருந்தார்கள். அவர்கள் யாரும் துண்டு எதுவும் வைத்திருக்கவில்லை என்பதால் அதைக் கட்கத்தில் சுருட்டி வைத்துக் கொள்ளும் தேவையும் எழவில்லை.

கூட்டம் ஆரம்பித்ததும் திருவிழா என்றைக்குத் தொடங்குவது, எங்கு வைத்து முளைப்பாரி போடுவது, எந்தந்த சாதிக்கு என்றன்றைக்கு முதல் மரியாதை வழங்குவது, சாமி ஊர்வலத் தேரை எப்படி அலங்கரிப்பது, அதை என்றைக்குத் தெருவில் விடுவது என்பது மாதிரியான பொதுவான விஷயங்களைப் பேசினார்கள்.

அதைப் பற்றியெல்லாம் கூட்டத்தினர்கள் யாருக்கும் பெரிதாய் அக்கறை இருந்ததாய்த் தெரியவில்லை. வழக்கமான விஷயங்கள் தானே என்று பெருந்தனங்காரர்கள் சொன்னதை எந்த விவாதமும் இல்லாமல் எல்லோரும் ஏற்றுக்கொண்டார்கள்.

அப்புறம் ஏழுநாள் இரவிலும் ஒவ்வொரு நாளும் ஒரு கலை நிகழ்ச்சி நடத்துவது பற்றிப் பேச்சு வந்தபோது கூட்டத்தில் சிறுசிறு சலசலப்புகள் எழுந்தன. பெரியவர்கள் எல்லா நாட்களுக்கும் நாடகம், கூத்து, குறவன் குறத்தி ஆட்டம் என வைக்கவேண்டும் என்றார்கள். ஆனால் இளவட்டங்கள் திரைப்படம் போடவேண்டும் என்றார்கள்.

அதற்குச் சில பெரியவர்கள், ''அப்புறம் யாரு நடிச்ச படம் போடனும்ங்குறதுல உங்களுக்குள்ள அடிச்சிக்கிட்டு ஊருல கலவரத்த உண்டு பண்ணீடுவீங்க; போன வருஷம் அப்படித்தான் நடந்துச்சு...'' என்று ஆட்சேபித்தார்கள்.

காரசாரமான விவாதங்களுக்குப் பிறகு, ஏழு நாட்களில் மூன்று நாட்களுக்கு மட்டும் தினசரி இரண்டு திரைப்படங்களைத் திரையிடுவது என்றும் கிராமத்தில் இருக்கும் ஒவ்வொரு ரசிகர் மன்றத்தின் சார்பிலும் ஒரு சினிமா காட்டிக்கொள்வதென்றும் முடிவானது.

கடைசியாக தலைக்கட்டு வரி எவ்வளவு போடுவது என்று பேச்சு வந்தபோது மீண்டும் கூட்டத்தினர்களிடம் கருத்தொற்றுமை இல்லாமல் சலசலப்பு எழுந்தது. இந்த வருஷம் செலவு கூடுதலாகும்

என்பதால் வரியை அதிகம் போடவேண்டும் என்றார்கள் பெருந்தனக்காரர்கள்.

‘விளைச்சலே இல்லை; அதனால வரியைக் குறைக்கனும்...’ என்றார்கள் பெரும்பாலோர்.

‘வரியைக் குறைச்சா செலவை எப்படி சரிக்கட்டுறது என்று மறுத்தார்கள்...’ பெருந்தனக்காரர்கள்.

‘செலவைக் குறைச்சு சும்மா சம்பிரதாயத்துக்கு திருவிழா நடத்துவோம். அப்பத்தான் ஆத்தா மனமிரங்கி மழை தண்ணி பெய்ய வைச்சு விவாசாயம் செழிக்க வைப்பா. அடுத்த வருஷம் சிறப்பாக் கொண்டாடிக்கலாம்...’ என்றார்கள் சிலர்.

‘அதெப்படி அக்கம்பக்கத்துல இருக்குற ஏழு கிராமங்களுக்கும் தலைச்சன் கிராமமா இருந்துக்கிட்டு காமாசோமான்னு திருவிழாக் கொண்டாடுனா அவனெல்லாம் நம்மளக் காறித் துப்பிட மாட்டானா...’ என்றெல்லாம் வாக்குவாதங்கள் கிளம்பி நீண்ட விவாதங்களுக்குப் பிறகு போனவருஷம் போட்ட அதே தலைக்கட்டு வரியையே இந்த வருஷமும் போடலாம் என்று முடிவாகி அதை எல்லோரும் ஏற்றுக்கொண்டார்கள்.

சடையாண்டி இருந்த இடத்தில் இருந்தபடி ஏதோ சொல்ல முனையவும், ஊர்த் தலைவர் ‘‘இங்கவந்து சொல்லுடா...’’ என்று அவருக்கு அருகில் அழைத்தார். கூட்டமே மிகவும் அமைதியாக சடையாண்டி சொல்வதைக் கேட்கத் தயாரானது.

‘‘இந்த வருஷம் சேரிக்காரங்களுக்கும் வரி போடுங்க; நாங்களும் கட்டி திருவிழாவுல பங்கெடுத்துக்க விரும்புறோம்...’’ என்றார். இசக்கிமுத்துவின் தாத்தா அவரிடத்தில் இருந்தபடியே ‘‘துட்டுக் கொழுப்பாடா உனக்கு? பேசாம இருடா...’’ என்று மகனைக் கடிந்துகொண்டார்.

‘‘எங்களை அண்டிப் பிழைக்கிற தொள்ளாளிகள் கிட்டருந்து தலைக்கட்டு வரி வாங்குறது ஊர் வழக்கமில்லையேடா...’’ என்றார் ஊர்த் தலைவர்.

‘‘காலம் மாறுதுல்ல. நாங்களும் வேலை வெட்டிக்கெல்லாம் போயி சம்பாரிக்கிறோம். அதனால ஊரோட நல்லது கெட்டதுகள்ள பங்கெடுத்துக்க ஆசைப்படுறோம். வரி போடுங்க. கட்டுறோம்...’’ என்றார் அவர்.

வெள்ளையும் சொள்ளையுமாய் நின்றுகொண்டிருந்த சேரியிலிருந்து வந்திருந்த இன்னும் சிலரும் ‘‘ஆமாம், வரி போடுங்க. நாங்களும் கட்டுறோம்...’’ என்றார்கள் ஒரே குரலில்.

‘‘கலாட்டா பண்றதுக்கென்னே எல்லோரும் சேர்ந்து வந்துருக் கீங்களாடா...’’ என்றபடி கோபமாய் எழுந்தார் ஒரு பெருந்தனக்காரர். ஊர்த்தலைவர் அவரை அதட்டி உட்காரச் சொன்னார்.

‘‘அவனுங்க திருவிழா செலவுக்குப் பணம் தர்றேன்னுறாங்க. அதை வாங்கிக்கிறதுல நமக்கு என்ன மோசமாயிடப் போகுது...’’ என்றவர், ‘‘சரிப்பா, உங்கள்ள வசதி படைச்சவங்க, எவ்வளவு முடியுமோ அவ்வளவு கோயிலுக்கு நன்கொடையா கொடுங்க, வாங்கிக் கிறோம்...’’ என்றார் ஊர்த்தலைவர் பெருந்தன்மையாக.

‘‘அப்படி ஒப்புக்குச் சப்பாணியா தனி நோட்டுல நன்கொடை எழுதுறதப்பத்தி நான் பேசல. தலைக்கட்டு வரி போட்டு அதுக்கான வரவு செலவு நோட்டுல எங்கபேரும் வரனும். அப்பத்தான நாங்களும் திருவிழாவுல உங்களுக்குச் சரியா பங்கெடுத்துக்க முடியும்...’’ என்றார் சடையாண்டி விடாமல்.

‘துளுத்துப் போயிருச்சுடா உங்களுக்கு...’ என்றபடி உட்கார்ந்திருந்த கூட்டம் மொத்தமும் கோபமாய் எழுந்தது. ‘‘அய்ய அமைதியா இருங்கப்பா; அவனுங்க என்னதான் சொல்றாங்கன்னு கேட்டுத்தான் பாப்போமே...’’ என்று கூட்டத்தினர்களை அமைதிப்படுத்தினார் ஊர்த்தலைவர்.

‘‘சரிடா; திருவிழாவுல பங்கெடுத்துக்கிறதுன்னா என்ன மாதிரி பங்கெடுத்துக்க விரும்புறீங்கன்னு விளக்கமா சொல்லுடா...’’ என்றார் சடையாண்டியிடம்.

‘‘மத்த ஜாதிக்காரங்களப் போல சேரியில இருக்குற நாலு தெருக்காரங் களுக்கும் கோயில்ல சிறப்புப் பூஜை பண்ண ஒருநாள் ஒதுக்கித் தரனும். சாமி தேர் எங்க தெருவுக்கும் ஊர்வலமா வரனும். எங்களையும் தேர்வடம் பிடிச்சு இழுக்க அனுமதிக்கனும்...’’ என்று சடையாண்டி பேசிக்கொண்டிருந்தார்.

அதுவரை அமைதியாகக் கேட்டுக்கொண்டிருந்த ஊர்த்தலைவர் உக்கிர மான கோபத்துடன் எழுந்தார். ‘‘நிறுத்துடா மயிரு... உன்பாட்டுக்கு அடுக்கிக்கிட்டே போற. ஊர் வழக்கம் எதையும் மாத்த முடியாது. உங்களால ஆனதப் பார்த்துக்கோங்கடா...’’ என்று சீறினார். அவருக்கு ஏற்கெனவே இரத்தக் கொதிப்பு இருந்தது. சேரிக்காரர்கள் இப்படிச் சொன்னது இன்னும் அது அதிகமாகி சாமியாடத் தொடங்கினார்.

ஊர்க்காரர்களுக்கும் சேரிக்காரர்களுக்கும் தள்ளுமுள்ளுவானது.

அடுத்த நாளிலிருந்து கிராமம் திருவிழாவிற்கான ஏற்பாடுகளில் களைகட்ட, சடையாண்டியும் அவருடைய நண்பர்களும் கோர்ட்டில்

போய், சேரிக்காரர்களைப் புறக்கணித்துவிட்டு கிராமத்தில் திருவிழா நடத்தக்கூடாது என்று தடை வாங்கி வந்தார்கள்.

கிராமத்தில் போலீஸ் குவிக்கப்பட்டது. காவல்துறையினர் எல்லோரையும் அழைத்து சமரசம் பேச முனைந்தார்கள். கடைசியாக, ''திருவிழாவில் எங்களுக்கு எந்தப் பங்களிப்பும் வேண்டாம். சாமி ஊர்வலம் மட்டுமாவது எங்கள் தெருவழியாகவும் வரட்டும்...'' என்று இறங்கி வந்தார் சடையாண்டி. ஆனால் ஊர்க்காரர்கள் சாமிக்குத் தீட்டுப்பட்டு விடும் என்று ஒத்துக்கொள்ள மறுத்துவிட்டார்கள். அதனால் அந்த வருஷம் கிராமத்தில் திருவிழா நடக்கவில்லை.

அடுத்த வருஷமும் அப்படியே ஆனது. திருவிழா நடத்துவதற்கு அரசு அனுமதி அளிக்கவில்லை.

அப்புறம்தான் சடையாண்டியும் அவரைப் போன்ற ஒதுக்கப்பட்ட சாதியைச் சேர்ந்த நான்கு தெருக்காரர்களும் சேர்ந்து அவர்களுடைய தெருவில் மட்டும் திருவிழா நடத்துவதென்று தீர்மானித்தார்கள். அவர்களின் தெருவிலும் சிறிய அம்மன் கோயில் இருந்தது. அது அவ்வளவாக பராமரிக்கப்படாமல் மூடிக் கிடந்தது.

அந்தக் கோயிலைப் புதுப்பித்து திருவிழாவிற்குத் தயார்ப்படுத்தினார் கள். 'நம்ம சாமியையும் தேர்ல வச்சு ஊர்வலமா எடுத்துட்டுப் போகலாம்...' என்று முடிவு செய்து தேர்ந்த தச்சர்களை ஊருக்குள் அழைத்து வந்து அங்கேயே தங்கவைத்துத் தேரை உருவாக்கினார்கள்.

தேர் மிகப் பெரியதாய் மிகவும் கலைநயத்துடன் தகதகவென்று உருவாகிக் கொண்டிருந்தது. அக்கம்பக்கத்துக் கிராமத்திலிருந் தெல்லாம் மக்கள் தேரை வந்து பார்த்து அதிசயத்துப் போனார்கள்.

'குடியானவர்கள் விரும்பினால், உங்களின் தெருவிற்கும் சாமி ஊர்வலத்தை எடுத்து வருகிறோம். நீங்களே வடம் பிடித்துக் கொள்ளலாம்...' என்றார்கள் சடையாண்டியும் அவருடைய தெருக்காரர்களும். 'அவனுங்க மட்டும் போட்டித் திருவிழா நடத்திக் காண்பிச்சிட்டானுங்கன்னா அது நம்ம கிராமத்துக்கும் ஜாதிக்கும் பெரிய அவமானமா ஆயிடும். நாம எல்லோரும் நாண்டுக் கிட்டுத்தான் சாகனும். அதனால அவனுங்கள திருவிழா நடத்த விடவே கூடாது. எப்படியாச்சும் நிறுத்தியே ஆகனும்...' என்று குடியானவர்கள் ரகசிய கூட்டம் நடத்தி வன்மத்தை வளர்த்துக் கொண்டிருந்தார்கள்.

திருவிழாவிற்கு இரண்டு நாட்கள் இருந்தபோது, ஊரே அமைதியாகத் உறங்கிக் கொண்டிருந்த ஒரு நடுராத்திரியில்

திடீரென்று புத்தம்புது மரத்தேர் தீப்பிடித்து எரிந்தது. அனலடித்து ஊர் விழித்துக்கொண்டு வருவதற்குள் தேரின் பெரும்பகுதி எரிந்து முடிந்திருந்தது. சடையாண்டியைத் தேடியபோது அவர் தட்டுப் படவே இல்லை. தேரில் அமைக்கப்பட்டிருந்த சாமி பீடத்தில் சடையாண்டியையும் உட்காரவைத்து கட்டிப்போட்டு பெட்ரோல் ஊற்றிக் கொளுத்தியிருக்கிறார்கள் என்கிற விஷயம் விடிந்த பின்புதான் வெளிச்சத்திற்கு வந்தது.

ஊரில் கலவரம் மூண்டது. காவல்துறை வழக்கம் போல் கண்துடைப் பிற்காக நாலுபேரைக் கைது பண்ணிக் கொண்டு போய் கிராமத்தில் வெப்பம் தணிந்ததும் அவர்களையும் ஜாமீனில் விட்டுவிட்டது. பணம் பாதாளம் வரை பாய்ந்ததால் வழக்கு வாய்தா வாய்தாவாக இழுத்துக்கொண்டு போய், தாத்தா மகனைக் கொளுத்திய குடியானவர்களிடம் நியாயம் கேட்டு அந்த வேதனை விரக்தியி லேயே இறந்தும் போனார்.

இசக்கிமுத்துவிற்கு மின்சார வாரியத்தில் அரசாங்க வேலை கிடைத்து இனிமேல் கிராமமே வேண்டாமென்று அம்மாவையும் தன்னுடன் அழைத்துக்கொண்டு பட்டணத்திற்கு வந்துவிட்டான். சென்னையின் புறநகரில் சில மாதங்களுக்கு முன்புதான் நிலம் வாங்கி வீடுகட்டிக் குடிவந்திருந்தான்.

இசக்கிமுத்து வீடுகட்டுவதற்கு பூமி பூஜை போட்டுக்கொண்டிருக்கும் போதே நெடுநெடுவென்று வளர்ந்த முதியவர் ஒருவர் அவனிடம் வந்து தன்னை இராமநாதன் என்று அறிமுகப்படுத்திக்கொண்டு நிறைய நேரம் பேசிக்கொண்டிருந்துவிட்டுப் போனார். அப்போது அவரிடம் இசக்கிமுத்து அவ்வளவாகப் பேசவில்லை. அவனுக்கு மனிதர்களைக் கண்டாலே பயமாக இருந்தது.

இராமநாதன் பேசிவிட்டுப் போனபிறகு அவனுக்கு இந்த நிலத்தை வாங்குவதற்கு வழிகாட்டியவரிடம் அவரைப் பற்றி விசாரித்தபோது, அவர் இந்தப் பகுதிக்கு கவுன்சிலர் என்றும் கட்சி பேதமெல்லாம் பார்க்காமல் எல்லோருக்கும் ஓடிப்போய் உதவுகிற குணமுள்ளவர் என்றும் வானளாவப் புகழ்ந்தார்.

‘‘நீங்கல்லாம் ரொம்ப லக்கி ஸார். இப்ப இங்க சாலை வசதி, தெருக் குழாயில தண்ணீர், மின்சாரம் எல்லாம் வந்துருச்சு. ஆனா நாங்க வீடுகட்டி வந்த காலத்துல இந்தப் பகுதி முழுவதுமே ஒரே காடா அங்கொரு வீடும் இங்கொரு வீடுமாத்தான் இருந்துச்சு. ராத்திரி யானால் நரியெல்லாம் ஓடும். திருட்டு பயம் வேற. உங்ககிட்டப் பேசிட்டுப் போனாரே அவரு அரசாங்கத்துக்கு மனுவுக்கு மேல

மனுவா எழுதிப்போட்டு, நகராட்சி அலுவலகத்துக்கு நாயா பேயா நடந்து போராடித்தான் ஒவ்வொரு வசதியா வரவழைச்சார்...'' என்றார்.

இசக்கிமுத்துவிற்கு ஆச்சரியமாக இருந்தது. அதனால் அவர் எப்போது பேச வந்தாலும் அவரிடம் ஓரிரு வார்த்தைகள் பேசுவதை வழக்கமாக வைத்திருந்தான்.

ஒருநாள், ''வர்ற ஞாயிற்றுக்கிழமை நம்ம சங்கத்தின் சார்பில என்னோட வீட்டு மொட்டை மாடியில ஒரு மீட்டிங் இருக்கு. மறந்துடாம வந்து கலந்துக்குங்க தம்பி...'' என்று அழைப்பு விடுத்துவிட்டுப் போனார். அன்றைக்கு சாயங்காலமே அது சம்பந்தமாக வீட்டில் யாரோ வந்து நோட்டீசும் போட்டுப் போயிருந்தார்கள்.

மீட்டிங் ஒன்பதரை மணிக்கென்று போட்டிருந்தார்கள். கவுன்சிலரின் வீடு நாலைந்து தெருக்கள் தள்ளி கோயிலுக்குப் பின்னால் இருந்தது. இசக்கிமுத்து உரிய நேரத்திற்குப் போய்விட்டான். மொட்டை மாடியில் நிழலுக்கென்று சாமியானா பந்தல் எல்லாம் போட்டிருந் தார்கள். பத்தரை மணி வரைக்கும் நாலைந்து நபர்கள் கூட வந்திருக்க வில்லை. மீட்டிங் தொடங்குவதற்கான அறிகுறிகளும் தெரியவில்லை. எழுந்து வந்துவிட்டான்.

அடுத்தமுறை பார்க்கும்போது அவர். ''என்ன தம்பி, மீட்டிங்குல கலந்துக்காமலே போயிட்டீங்க போலருக்கு...'' என்று இலேசாய்க் கடிந்துகொண்டார். ''அப்புறம் என்ன ஸார், ஒன்பதரை மணிக்கு மீட்டிங்குன்னா பத்தரை மணி வரைக்கும் தொடங்கலைன்னா என்னா அர்த்தம்?'' என்றான் அவனும் கோபமாய்.

''ஆட்கள் எல்லாம் வரனுமுல்ல தம்பி. நானும் என் பசங்களும் வீடு வீடாய்ப் போய் எல்லோரையும் அழைச்சுக்கிட்டு வரப் போயிருந் தோம்...'' என்று கோபம் குறைந்து சமாதானமாய்ப் பேசினார்.

''வராதவங்கள மதிச்சு கூப்புடப் போறீங்க. ஆனா நேரத்தோட வந்து காத்திருந்தவங்கள மீட்டிங் தொடங்காம அவமானப் படுத்துறீங்க. அது என்ன ஸார் நியாயம்...?'' என்றான் இசக்கிமுத்து சிரித்தபடி.

''அது வாஸ்தவம்தான் தம்பி. இன்னும் கொஞ்ச நேரம் நீங்க காத்திருந்துருக்கலாம். அன்னைக்கு சாமிக்குக் கொடை கொடுக்கிறதப் பத்திப் பேசுனோம்...'' என்றார். ''நான் இல்லாததே நல்லதாப் போச்சு ஸார். எனக்கு சாமி, கொடை, திருவிழா எதிலயும் ஈடுபாடு இல்ல...'' என்று சொல்லி விடைபெற்றுக் கொண்டான்.

ஒருநாள் சாயங்காலம் இசக்கிமுத்து வீட்டிலிருந்தபோது இராமநாதனும் இன்னும் சிலரும் கத்தையான நோட்டிசுகளுடன் அவனைத் தேடி வந்தார்கள்.

''சாமி கொடைக்கு வரிவசூல் பண்ண வந்துருக்கோம். வீட்டுக்கு ஆயிரம் ரூபா. அதுக்கும் மேல நீங்க விரும்புனத குடுக்கலாம். கோயிலுக்கு ஏதாச்சும் பண்ணனும்னாலும் பண்ணலாம்...'' என்றார்கள்.

''நான் அன்னைக்கே சொன்னேனே, எனக்கு இதுல எல்லாம் ஈடுபாடு இல்லைன்னு...'' என்றான் இசக்கிமுத்து. ''தம்பி அப்படியெல்லாம் சொல்லக் கூடாது. சாமி காரியம் எல்லோரும் கை குடுக்கனும். தம்பிக்குக் கடவுள் நம்பிக்கை இருக்குல்ல...?'' என்றார்.

''கடவுள் மேலயெல்லாம் நம்பிக்கை இருக்கு. ஆனா மனுஷங்கள நெனைச்சாத்தான் பயமா இருக்கு ஸார்...'' என்றான் இசக்கிமுத்து சிரித்துக்கொண்டு. ''மனுஷங்க என்ன தம்பி நரியா புலியா பயப்படுறதுக்கு! நம்ம சாமி கொடைங்குறது மூணு நாள் கொண்டாட்டம் தம்பி. பால் குடம், காவடியாட்டம்னு ஊரே அமர்க்களப் படும். கடைசிநாள் சாமியத் தேர்லவச்சு ஊர்வலமா எடுத்துட்டு வருவோம்...'' என்று நீட்டி முழக்கிக் கொண்டிருந்தார்.

''கோவிச்சுக்காதீங்க ஸார். எனக்கு இஷ்டம் இல்ல. என்னை விட்டுடுங்க...'' என்று இசக்கிமுத்து சொல்லவும், அவர்களுடன் வந்திருந்த இளவயதுக்காரன் ஒருவன், ''கோயில் கொடைக்கு வரி குடுக்காம நீ இந்த ஊர்ல தொடர்ந்து இருந்துடுவியா...'' என்று சத்தம் போடத் தொடங்கவும், இராமநாதன் ''தம்பிக்கு இஷ்டமில்லைன்னா விடுவியா, புதுசா வீடு கட்டீட்டு வந்துருக்குறவரப் போயி இப்படி மிரட்டுறியே, நம்ம ஏரியாவப் பத்தி என்ன நெனைப்பார்...?'' என்று அவனை அதட்டி அமைதிப்படுத்தினார்.

அப்புறம் இசக்கிமுத்துவிடம் ''நீங்க கோயில் கொடைக்கு வரி குடுக்காட்டிப் போகுது தம்பி. நம்ம அம்மன் ரொம்ப துடியானது தம்பி. நீங்க என்ன வேண்டிக்கிட்டாலும் அடுத்த வருஷமே நிறைவேத்திடுவாள். அதனால திருவிழாவுல கண்டிப்பா வந்து பங்கெடுத்துக்குங்க. இன்னும் நீங்க நல்லா வருவீங்க...'' என்று சொல்லி எல்லோரையும் அழைத்துக்கொண்டு போனார்.

அவர்கள் போகவும் அம்மா அவனிடம் வந்து, ''என்னப்பா இப்படிப் பண்ணீட்டயே. பெரிய மனுஷங்க எல்லாம் எவ்வளவு கௌரவமா வீடு தேடி வந்து வரி கேட்குறாங்க. குடுத்துருக்கலாமேப்பா... இந்தக் கௌரவம் கிடைக்குறதுக்கு கோயிலுக்குத் தலைக்கட்டு வரி கொடுக்குறதுக்குத்தான உங்க அப்பன் உயிர விட்டார்...'' என்று இசக்கிமுத்துவைக் கடிந்து கொண்டாள். அவனோ ''போம்மா, எல்லாம் எனக்குத் தெரியும். இதெல்லாம் பெரிய கௌரவமாக்கும்...'' என்று அலுத்துக் கொண்டான்.

சாமி ஊர்வலம் அவனுடைய வீட்டிற்கு அருகிலேயே வந்து விட்டிருந்தது. ஜன்னலைத் திறந்து பார்த்தான் இசக்கிமுத்து. அவனுடைய வீடு மூன்று தெருக்கள் சந்திக்கும் முச்சந்தியில் இருந்தது. அதனால் சாமி ஊர்வலத் தேர் அவனுடைய வீட்டிற்கு முன்னால் நிறுத்தப்பட்டு பலரும் வந்து சாமிக்கு பூஜை பண்ணி பிரசாதம் வாங்கிக் கொண்டிருந்தார்கள்.

இசக்கிமுத்துவிற்கு அவனுடைய அம்மாவைப் பார்க்கப் பாவமாக இருந்தது. சாமி ஊர்வலத்தை தன்னுடைய தெருவிற்கு வரவழைப் பதற்காகத்தான் அவனுடைய அப்பா உயிரை விட்டிருந்தார். இப்பொழுது அவனுடைய வீட்டிற்கு முன்னாலேயே சாமியைச் சுமந்துகொண்டு தேர் நிற்கிறது. அதைப்போய்ப் பார்த்து ஆசி வாங்கக்கூடாது என்பது அராஜகமானது என்ற எண்ணத்தில் அம்மாவிடம் கண்ணைக் காண்பித்தான்.

அவள் அதற்காகவே காத்திருந்தது போல் பூஜை சாமானகள் வைத்திருந்த கூடையை எடுத்துக்கொண்டு வெளியில் ஓடினாள். இசக்கி முத்துவும் அவளுக்குப் பின்னாலேயே போனான். அவனுடைய அம்மா பூஜை சாமான்களை பூஜாரியிடம் கொடுக்க, அவர் அதிலிருந்த மாலையை அம்மனுக்கு அணிவித்து, தேங்காயை உடைத்து கற்பூர ஆரத்தி காட்ட, இசக்கிமுத்துவும் கண்களில் ஒற்றிக்கொண்டான்.

தேர் கிளம்ப ஆயுத்தமானதும் இசக்கிமுத்துவும் போய் வடக்கயிற்றை இழுக்கத் தொடங்கினான். அவனுக்கு அருகில் நின்று கொண்டிருந்த இராமநாதன் அவனுடைய தோளைப் பிரியமாக ஆறுதலாய்த் தொட்டார்.

இசக்கிமுத்து அவரிடம், ''நாளைக்கு கண்டிப்பா கோயில் கொடைக்கு நானும் வரி குடுத்துடறேன் ஸார்...'' என்றான். அவரோ ''அதெல்லாம் தேவையில்ல தம்பி. ஏன்னா உங்க அம்மா ஏற்கெனவே ரெண்டு நாளைக்கு முன்னால எங்க வீட்டுக்கு வந்து வரி குடுத்துட்டாங்க...'' என்று சொல்லிச் சிரித்தார்.

# அடப்புசாமி

K. ஸ்ரீதர்

''முருகா... லைட்ட போட்றா.''

அதிகாலை மூன்றரை மணியிருக்கும் மூர்த்திக்கு அது நாளின் தொடக்கம். கடைப் பையனை எழும்ப குரல் கொடுத்துவிட்டு பாய்லர் மூட்ட கரி அள்ளிப் போட்டார்.

பல மாதங்கள் கழித்து முதல்நாள் இரவு பெய்யத் தொடங்கிய மழை கொஞ்சமும் விட்டபாடில்லை.

நகரத்தின் அழுக்கனைத்தையும் அமுக்கமாய்ச் சுமந்து நகரும் பக்கிங்காம் கால்வாய், மழை கிளறி விட்டதில் நாற்றம் பரப்பியது. அதன் கரையோடு அண்டி வாழும் எவர்க்கும் அது புதிதல்ல.

முருகன் இதற்குப் பழக்கப்பட்டவனல்ல. அவன் சென்னை வந்து சில மாதங்கள்தான் ஆகியிருந்தன. அண்ணாமலையாரின் அடிவாரத்தில் கல்லறுக்கும் அன்னாடங்காச்சி. மூர்த்தியண்ணன் ''டீக்கடைக்கு ஊர்க்காரப் பசங்க யாராவது இருந்தா சொல்லப்பா'' எனக் கேட்க, தூரத்து உறவின் மூலம் டீக்கடையில் வேலைக்கு வந்திருந்தான் முருகன். இரவெல்லாம் குமட்டிக்கொண்டே இருந்ததில் உறங்கவே யில்லை. மூர்த்தியின் இரண்டாவது அதட்டலுக்கு ''சர்ணெ'' என்று பாயைச் சுருட்டி எழுந்தான்.

''த்தா... ச்சை, அட்சமா, உட்டமானு இல்லாம நசநசன்னு பெஞ்சிகினே கீசே.'' கைகளைப்

பின்னால் கட்டியபடியே, நீர் தேங்கிய பள்ளங்களைத் தாண்டி ஓடி வந்தார் ஆறுமுகசாமி. டீக்கடையின் பாய்லர் அருகே குளிருக்கு இதமாய் ஒதுங்கிக்கொண்டார். பீடி ஒன்றைப் பற்றவைத்து பீடிப் புகையோடு பாய்லர் கரிப் புகையையும் சேர்த்து இழுத்தார்.

மணி இன்னும் ஐந்தைத் தொட்டிருக்கவில்லை. மூர்த்தி கடையில் ஆள் மொய்க்க ஆரம்பித்துவிட்டது.

டீ கிளாசை அடியில் துடைத்தபடியே ஆறுமுகத்திற்கு நீட்டினார் மூர்த்தி. சிறிய தூக்கொன்றில் டீ நிரப்பி, பேப்பர் போட்டு மூடினார். ''இந்தா இத ஹூட்ல கொடுத்துவிட்டு ஓடியா'' என்றார் முருகனிடம். துணிக்கடையின் பிளாஸ்டிக் கவரைத் தலையில் போட்டுக்கொண்டு வேக நடைபோட்டான்.

''ன்னா மூர்த்தி... பையன் எப்படி?''

''கீராம்ப. வேல ஒண்ணும் தெர்ல. சொன்னா செய்றான்.''

''இன்னா கவர்மெண்டு வேலையா? காலேஜ்ல பட்ஸ்டு வர்ரதுக்கு? நாலு நாள் பாத்தா கத்துக்குவான்.''

''ஏம்பா குமாரு, மழையா கீது, எங்க கௌம்பிட்ட.'' மீன்பாடி தள்ளுவண்டியை ஓரம்கட்டி வந்தவனைப் பார்த்துக் கேட்டார் ஆறுமுகசாமி.

''வேல ஒத்துகினாச்சி அடப்பு. போவாம எப்படி? பாபா கோயிலாண்ட, சேட்டு ஹூட்ல வீசேஷம் வச்சிகிறாங்கோ. காய் வண்டியிலிருந்து லோடு ஏரக்கி ஏத்தணும்...''

கோயம்பேடு மொத்தக் காய்கறி மார்க்கெட்டிலிருந்து வரும் காய் வண்டிகள் இப்பகுதியில் அத்தியாவசியம்.

''ஏன் குமாரு, ஒண்ணுக்கு ரெண்டு பேர் வச்சாலும் அத்த சொல்லியே கூப்பிடுறியே?'' கரிசனமாய்க் கேட்டார் டீக்கடை மூர்த்தி.

அடப்புசாமி என்பது ஆறுமுகச்சாமியின் அடையாளப் பெயர். அந்தக் காவாங்கரையில் குடிமக்கள் அனைவருக்கும் அடப்புசாமி என்றே பரிச்சயம். அது அவருக்குக் காரணப்பெயர். சாக்கடைகளின் அடப்பை அகற்றுவது, கழிவுநீர்த் தொட்டிகள் தூர்வாருவது அவருடைய தொழில். அரசாங்க உத்யோகம். துப்புரவுத் தொழிலாளி. இப்போது செய்யப் பல பேர் இருந்தாலும் ஆறுமுகத்தின் அடைப்பெடுப்புத் திறமையும், அனுபவமும் அவர் தொழிலைப் பெயரோடு சேர்த்து விட்டது.

''எங்க மூர்த்தி... அன்னிக்கு முத்தாலம்மன் கோயிலாண்ட பாத்து அந்தோணி சாமி, அந்தோணி சாமினு கத்றேன். கண்டுக்கலியே. அடப்புசாமினு சொன்னாங்காட்டியும் முதுகுல அட்சாப்ல திரும்பிகினாறு தலைவரு.''

''ஏன்டா, அதுவே இப்ப வச்சின பேரு. அதச் சொல்லிக் கூப்டா எப்படி தெரியும்? எம்பேர்னு எனக்கே தெரிமாட்டேன்து இன்னா செய்றது.''

''அதுக்கு இன்னாத்துக்குபா பேர மாத்திகின?'' டீ கிளாசைப் பெற்றுக் கொண்டு ஆறுமுகத்தை உரசிக்கொண்டே கேட்டான் குமாரு. முழுக்க நனைந்திருந்தவன் மூக்கிலிருந்து சொட்டு மழைத்துளி டீயில் விழுந்து கலந்தது.

''எல்லாம் எம் மச்சான் பண்ண வேல. சுண்ணாம்படிக்க வேலைக்குப் போனவன் சர்சு வாட்ச்மேன் பொண்ணைப் பாத்துகிறான். புட்சி போச்சுன்னு பேச போனாக்கா, அவுங்கப்பா கிஸ்டீனா இருந்தாதான் குடுப்பேன்டாரு. எங்கூட்டம்மா, தம்பி ஆசைபட்ட பொண்ணுதான் முக்கியம்னு என்னென்னமோ சொல்லி மொத்த குடும்பத்தையும் மூணே நாள்ல மாத்திவுட்டுச்சி அந்தோணி சாமினு. அது பேரு எஸ்தர். அவ தம்பி ஜெகன் ஜோஸ் ஆயிட்டான்.''

இருபது வருட தாம்பத்தியத்தில் குழந்தை இல்லை ஆறுமுக... அந்தோணி சாமிக்கு. மனைவியிடம் பேரன்பு கொண்டிருந்தார். தாயில்லாத அவள் தம்பியை மகனாகவே கொண்டிருந்தாள் எஸ்தர். இவர்க்கும் அப்படியே.

வெகுநேரம் பேசிக்கொண்டிருந்ததில் பொழுது விடிந்திருந்தது. முதல் டீ முடிந்து மூன்று பீடி ஆகிவிட்டது. கண்ணாடி பாட்டில் மூடியை திறந்து பொறை ஒன்றை எடுத்துக் கடித்தார் அடப்புசாமி. வெறித்துப் பார்த்து வாலாட்டிய நாய்க்கு மிச்சத்தைப் போட்டு இரண்டாவது டீ குடித்தார்.

மழை விட்டிருந்தது.

''மாமா அதிகாரி ஊட்டாண்ட வந்துகிறாரு ஓடியா'' என்று தகவல் சொல்லிச் சென்றான் மச்சான் ஜெகன்.

''வண்டானுங்களா? மழ வரக் கூடாதே இவுனுங்களுக்கு... எங்கனா அட்சிக்கும். அப்பதான் நம்ம ஊட்டுக்கு வழி தெரியும். மூர்த்தி, முருகன் பையன் எங்கடா காணோம்?''

''உன்னான்ட எப்படியா சொல்றது. அவனுக்கு கப்பு தாங்கல. வாந்தியா எட்துனுகிறான். அதான் உள்ள படுக்க சொல்டேன்.''

''இன்னாடா கப்பு. அவளோ கலீஜூம் இங்கயே கீதுறா'' என்று அடிவயிற்றைத் தொட்டுக் காண்பித்துச் சிரித்தார்.

குளித்துத் தலைதுவட்டிக் கைலியை இடுப்பில் இறுக்கிக் கட்டினார் ஆறுமுகசாமி. பீடியைக் கட்டில் இருந்து எடுத்து வாயில் வைக்கப் போனவரை அதட்டினாள் அன்னம்மாள். அது எஸ்தரின் இயற்பெயர்.

''ஐய... தட்ல சோறு போட்டுகிது. அத்த இன்னாத்துக்கு வாய்ல வெக்கிற?''

இரவு உணவிற்கு மீன் குழம்பு வைத்திருந்தாள். ஆறுமுகசாமிக்குப் பெரும்பாலும் இரவுக் குளியல்தான். வேலை இல்லாத நாட்களிலும் கூட. அன்னம்மாளை நெருங்க இது ஒரு உத்தி. அவளும் ''ரொம்ப வாசனையா கீரயா'' என்பாள். அதில் அவருக்கு அளவில்லா ஆனந்தம்.

''இன்னாத்துக்குயா அதிகாரி வூட்டாண்ட வந்துகினாறு? எதுனா பிரிசினையா? நீ கூட டீ கடைலயே குந்திகினு கெடந்தனு சரசு சொல்லிச்சி.''

''அதெல்லாம் ஒண்ணுமில்லமே. இப்ப கூட அவர பார்த்து பேசிகினுதான் வர்றேன். நம்ம பிரிட்ஜாண்ட கீதே நாலு மாடி ஓட்டலு, அதுல காவா அட்சிகிச்சாம். ஜபர்தஸ்தா இவனுங்கோ புதுசா வாய்ங்கிற மிஷின துக்கினு கௌம்பிட்டானுங்கோ அடப்பெடுக்க. நம்பாளாண்ட ஒரு வார்த்த கூட சொல்லல. அப்டி இன்னா பெர்சா குட்துற போறானுங்கோ ஓட்டல்காரனுங்கோ? மொத்தமா அமுக்கி துன்னுள்ளாமுன்னு ப்ளான் போட்டுகிறான் அந்த சுந்தரம் பய. அவன்லாம் ஒரு அதிகாரியா?''

''சரிவுடு, அவன் எதுனா பன்னிகினு போறான். நல்லாதான கீறோம், கெட்ச வேலிக்கி போனா போதும். நீ ஏதும் வாய் வுட்டுகாத?''

வாயில் இருந்து முள்ளை எடுத்துத் தட்டின் ஓரத்தில் தடவினார். மீனில் முள்ளெடுத்து, சதைப் பத்தை அருகில் ஒரு சிறிய தட்டில் வைத்தாள் அன்னம்மாள். முள்ளெடுத்து மீன் சாப்பிடுவதற்குப் பொறுக்க மாட்டாள். அதனாலே வெறும் குழம்பு ஊற்றிச் சாப்பிட்டு விடுவாள். மனைவிக்கு மீன் முள் நீக்கி வைப்பது ஆறுமுகசாமியின் அனிச்சை செயலாக இருந்தது.

''அங்கதான் வெச்சான் ஆண்டவன் டுவிஸ்டு. அன்னம்... மாமாவாண்ட சொல்லாமகூட போனானுங்கள்ள வசமா மாட்னானுங்கோ.''

''இன்னாச்சு?''

‘‘புது மிசின வச்சு காவா தண்ணி வலிச்சுகிறானுங்கோ. அப்புறம் கக்கூஸ் டாங்கில சொறுகி வலிக்க சொல்லோ பலூன் புல்லா போய் மிசின்ல மாட்டிகிச்சு. புது மிசின், ரிப்பேர் ஆய்கினு கீது. அரகொர வேலை செஞ்சு ஓட்டலயே நாரடிச்சிகிறானுங்கோ. தங்கினு இருந்தவலொம் பிரச்சின பண்டானுங்களாம். ஓட்டல் ஓனறு கமிஷனர் கிட்ட சொல்லி, சுந்தரத்துக்கு செம ரெய்டு.’’

‘‘அட பாவமே, அது இன்னாயா அது பலூன் மாட்டிகயது? கக்கூஸ் டாங்கில் எப்படி வந்த்ச்சு. எதுனா பங்சன் பண்கினாங்களா? போன வாரம் நம்ம சர்ச்சில ஒரு கல்யாணம். அதுக்கு கூட புல்லா பலூன் டெகரேஷன் பண்ர்யதாங்கோ.’’

‘‘லூசு. அந்த பலூன் இல்லமே. நிரோத்து. அந்த ஒட்டலுக்கு வர்றவனுங்கோ பாதி பேரு இன்னாதுகுனு நெனிக்கிறே? இதான் மேட்ரு. செய்ன்டு, செய்ன்டு கக்கூஸ்ல போட்ருவானுங்கோ. டாங்கிளாம் ஒன்னும் ரொம்பாது. அப்பப்ப இப்படிதான் அட்சிக்கும். நேக்கா அத்த கிளின் பண்ற டெக்னிக் நமக்குத்தான் தெரியும். புது மேனேஜர் போல. தெரியாம நம்ம ஆபீஸ்க்கு போய் சுந்தரம் பயகிட்ட மாட்டிகினான்.’’

ஆறுமுகம் சொல்லும்போதே அன்னம்மாளுக்கு வெட்க வெட்கமாய் வந்தது. வெளிக்காட்டி கொள்ளாமல் கோபப்படுவது போல் குரலை உயர்த்தினாள்.

‘‘கஸ்மாளம் அந்த கர்மாந்தர ஒட்டலாயா அது. இனிமே அங்க கூப்டா போவாதயா. எல்லா கம்னாட்டிங்களும் இப்டி ஊர் மேய்றானுங்களே? அது சரி இவளுங்களும் எவன் கெடப்பான்னுதானே அலையறாளுங்க. த்தூ...’’

‘‘அவுங்களான்ட எதுக்கு காண்டாவுர இப்போ? அவங்கஷ்டம் அவனுக்கு. எல்லார்க்கும் என்ன மாறி அன்னம்மாள் கெடப்பாளா?’’

ஆறுமுகசாமி ரொமான்ஸ் மூடில் இருந்தார். அன்னம்மாளை இன்று முழுமையாகத் தயார் செய்து விட்ட பெருமை அவருக்கு. சாப்பிட்ட வரை போதும் எனக் கை கழுவினார்.

அன்னம்மாள் பாத்திரங்களை அடுக்கிவிட்டுத் திரும்புகையில் மிச்சமிருந்த சரக்கை டம்பளரில் ஊற்றி ஒரே மடக்காய்க் குடித்து வைத்து மீசையைத் துடைத்தார்.

ஓரக்கண்ணால் முறைத்துக்கொண்டே சிரித்தவள். ‘‘ஜரூரா கீரா போல. பேசாமா படு. தம்பி வரப் போறான்’’ என்றாள்.

அன்னம்மாள் அப்படிச் சொன்னால் 'வாயா' என்று அர்த்தம். ஆறுமுகசாமி கிறங்கிப் போயிருந்தார்.

●

''ஏண்டி அன்னம்... கட்னாலும் கட்னான், உன் தம்பிய ஊரான்டயே காணமே? எங்கடீ அவன். மொறவாசல் போற வூட்ல வெள்ளயடிக்க வோணும்னு கேட்டாங்கே, சொல்லலாம்னு பாத்தா...''

''வந்திகினு போய்கினுதான கீரான், சரசு. இன்னாத்த கவுன்ச நீ. போலீஸ்கார் க்வாடர்ஸ் கீதே... நம்ம டேசன் பின்னாடி, அங்க வேல. கான்ராக்ட்ட எங்க வுட்டுகாரு தான் புட்சி குட்தாரு. தெனிக்கும் போய்கினுகிறான்.''

''அதான் தம்பி வூட்டுக்கு சரியா வந்து போல.''

''எப்படியும் ரெண்டு மாசம் ஆய்டும் சரசு. அத்த செய்ன்டுதான் அட்த வேல எடுக்கும். அவுங்களான்ட அட்ஜஸ்ட் பண்ண சொல்லு. ஸ்டார்ட் பண்ணா சுகுரா செஞ்சு குட்த்துடும்.''

''சரிடி சொல்றேன். புதுப்பொண்ணு இன்னா சொல்றா? மாமியாலும் நீதான், நாத்தனாரும் நீதான்னு ரொம்ப கொட்சல் தர்ரியா?''

''அட எவடியவ. அதுக்கு இங்க சரிபட்டு வர்ல. ஏரிய நீட்டா இல்லா, அவரு தொழிலுக்கு போய்ட்டு வந்தா கொமட்டுதுனு சொல்லி பட்ணபாக்கம் அவுசிங்க போர்ட்ல கொடக்கூலி போய்கிது.''

''இன்னாடி இது கூத்தாகீது. ஒந்தம்பியும் ஒத்துகினானா? அந்த மாரியாத்தாவுக்கே அடுக்காதே. அவன பார்த்தாக்கா நடுரோட்ல வெச்சு நாராட்சட்றேன் பாரு.''

''ஐய்யே! கம்னு இரும்மே. பிரசின ஒண்ணுமில்ல. அந்த பொண்ணு வாந்தி எட்துகிச்சுன்னு அவன் கொஞ்சும் மெர்சலயிட்டான் அவ்லோ தான். அதுக்கும் நாள் தள்ளிகீது. சரி அவுங்கம்மா வூட்டுகிட்ட இருந்துட்டு போவுட்டுமேன்னு நான்தான் சரின்னுட்டேன்.''

சமாளிப்புக்குச் சொன்னாலும் புதுபொண்ணடாட்டி தம்பியை ரொம்பவும்தான் மாற்றிவிட்டாள் என்று அன்னம்மாளுக்குக் கவலை. தன் கைப்பிள்ளையாய் அவன் இருப்பான் என்ற நம்பிக்கை இனியும் அவளுக்கில்லை.

சரசுவும் அன்னம்மாளும் ஜான்தோஸ்த்து. இருவருமே இந்தக் குடிசைப் பகுதிக்கு வாக்கப்பட்டு வந்தவர்கள்தான். பூர்வீகம் காசிமேடு.

அன்னம்மாளுக்குப் பதினாறு வயதில் திருமணமானபோது ஆறு வயது தாயில்லாப் பிள்ளை ஜெகனை அப்பாவுடன் விட்டு வர மனமில்லை. அவர் அம்மா உயிருடன் இருக்கும்போதே குடியும் பல குடித்தினமும் கொண்டு வாழ்வாங்கு வந்தவர் அவர். அவள் இருக்கும் வரை ஏதோ சமாளித்து வந்தாள். அம்மா சென்ற பின் அவர் வீட்டுப் பக்கம் வருவதே அரிதாயிருந்தது. அன்னத்தின் திருமணம் கூட அவள் அம்மாவின் பால்ய சிநேகிதி சரசுவின் அம்மா முயற்சியிலேயே நடந்தது.

ஆறுமுகமும் அன்னம்மாளும் ஜெகனை மூத்த பிள்ளையாகவே கருதி வளர்த்தனர். காலத்தின் கோலமாய்க் குழந்தையின்றிப் போன இத்தம்பதிக்கு ஜெகன் ஒரே மகனாய்ப் போனான்.

''டேய் ஜெகனு... உன்ன இன்ஸ்பெக்டர் கூட்டியர சொன்னாருடா.'' சாரம் கட்டி மூன்றாம் தளச்சுவரில் சுண்ணாம்பு அடித்துக் கொண்டிருந்தவனைப் பார்த்துக் கத்தினான் சக தொழிலாளி ரவி.

●

*நீதான் ஜெகனாடா?*

*ஆமா சார்... இல்ல ஜோஸ் சார்.*

*என்னடா சொல்ற?*

பழைய பேர் ஜெகன் சார். புது பேரு ஜோஸ்.

இது வேறயா. சரி அதவிடு. ஆறுமுகசாமி மச்சானா நீ?

*ஆமா சார்!*

வா, வந்து வண்டியில் ஏறு.

*ஏன் சார்?*

தொர சொன்னாத்தான் வருவீங்களோ? வாடா...

*மிரட்டலில் சற்றே பயந்து போனான் ஜெகன்.*

'எதுக்கு கூட்டு போறாங்க? மாமா எதுவும் தப்பு செய்யாதே. அதுக்கு தொழில விட்டா அக்காதான் தெரியும். வேற எதுக்குமே போகாதே. சரக்குப் பழக்கம் கூட வேலைக்கோசரம்தான்.'

ஜீப்பின் பின்சீட்டில் உட்கார்ந்து யோசித்தவாறே தலையைக் கோதியவன் முடியெல்லாம் வெள்ளையாகி விட்டது. விரட்டலில் கிளம்பியவன் வெள்ளையடித்திருந்த கைகளைகூடக் கழுவி இருக்கவில்லை.

போலீஸ் ஜீப் லஸ் சிக்னல் தாண்டி ராயப்பேட்டை மேம்பாலம் கடக்கும்போதே ஒருவிதப் பரபரப்பு அப்பகுதியில் தொற்றி இருந்ததைக் காண முடிந்தது. இன்ஸ்பெக்டரின் சாட்டிலைட் தொலைத்தொடர்புக் கருவி அலறிக் கொண்டேயிருந்தது.

'நகருங்கப்பா... வழி விடுங்க' போலீஸ் ஏட்டு லட்டியால் கூட்டத்தை விலக்கியபடியே செல்ல, ராஜ தோரணையில் பின்தொடர்ந்தார் இன்ஸ்பெக்டர். மர்மம் விலகாமலே முழித்துக்கொண்டு அவர் பின்னால் சென்றான் ஜெகன்.

''ஓம் மாமாவா பார்த்து செல்றா'' என்று காட்டிய திசையில் பார்த்தான் ஜெகன்.

சாக்கடையில் முங்கியெடுத்து சவமாய்க் கிடந்தார் ஆறுமுகசாமி.

பார்த்தவுடன் ஓவென்று கதறியவன், ''ஆமா சார்'' என்று தலையில் அடித்துக்கொண்டான்.

சற்று நேரம் அவனை அழவிட்ட இன்ஸ்பெக்டர் பின்னர், ''ஏரியாவ க்ளியர் பண்ணுங்கப்பா. ஏட்டு, பாடிய போஸ்மார்ட்ம் அனுப்பு'' என்று ஆணையிட்டார்.

ஜெகனைத் தோள்தொட்டுத் தூக்கியவர், ''எங்ககூட வாப்பா'' என்று ஓட்டலினுள் அழைத்துச் சென்றார்.

நான்காம் மாடியில் ஓட்டல் ரூம். இன்ஸ்பெக்டர் கதவைத் திறந்ததும் உள்ளிருந்த அனைவரும் எழுந்தனர். ஓரிரு முகங்கள் பரிச்சயமாய் இருந்தன. ஒன்று துப்புரவு அதிகாரி சுந்தரம். மற்றொன்று கவுன்சிலர் ஏழுமலை. முன்னர் அவர் வீட்டு வேலைக்குச் சென்றிருக்கிறான். சுந்தரத்தின் நட்பு என யூகிக்க முடிந்தது.

''இதோ பாரு ஜெகன். உங்க மாமா காலைல செப்டிக் டாங்கு க்ளீன் பண்ண எறங்கும் போது உள்ளயிருந்து விஷவாயு தாக்கி இறந்து போயிட்டாரு. ரொம்ப பாவம்தான். ஆனா அவரு ஏன் இந்த வேலையெல்லாம் ப்ரைவேட்டா செய்யனும். எல்லாம் முறைப்படி போயிருந்தா யாருக்குமே பிரச்சினை இல்ல.'' இன்ஸ்பெக்டரின் தொனி முற்றிலும் மாறியிருந்தது. இவருக்கு இவ்வளவு கனிவாய்ப் பேச வருமென்று ஜெகனால் நம்ப முடியவில்லை.

''சார், எங்க மாமா அப்படியெல்லாம் போவாது. இந்த வேலைக்குக் கூட சுந்தரம் சார்தான் வந்து கூட்டிட்டு போனாரு. நேத்து அவ்ளோ மழைல வீட்டுக்கே வந்தாரே? நான்தான் எங்க மாமாவைக் கூட்டியாந்தேன்.'' தெளிவாய்ப் பேசினான் ஜெகன்.

ஏதோ சொல்ல எத்தனித்த சுந்தரத்தைத் தொடையை அழுத்தி அமர்த்தினார் ஏழுமலை. சுந்தரத்தின் முகம் கலவரத்தில் வெளுத்திருந்தது.

கதரில் வெள்ளை வேட்டி சட்டை, பாக்கெட்டில் தலைவர் படத்துடன் சில இரண்டாயிரம் ரூபாய் நோட்டுகள், சீவிய தலை, நெற்றியில் குங்குமம், கையிலும் கழுத்திலும் தங்கம் ஜொலிக்க, ஒரு அக்மார்க் அரசியல்வாதி ஏழுமலை. ஜெகனின் தோள்மீது கை போட்டு அவனை ஜன்னலோரம் அழைத்துச் சென்றார் அவர். கீழே எட்டிப் பார்த்தான் ஜெகன்.

ஆம்புலன்ஸ் வண்டி வந்து நின்றிருந்தது. கூட்டம் கலைந்த பாடில்லை. ஸ்ட்ரெச்சரில் மாமாவை வைத்து வண்டிக்குள் ஏற்றிக் கொண்டிருந்தார்கள்.

''தம்பி... உனக்கு ரெம்ப கஷ்டந்தான். ஆனா என்ன பண்றது. நடந்தது நடந்து போச்சி. டூட்டில உங்க மாமா செத்தார்னு கேஸ் ஆனா அதிகாரிதான் மாட்டிக்குவாரு அவருக்கு வேலை போய்டும். கேஸ் டீடெய்லா பிரிச்சி மேய்ஞ்சா, இந்த ஓட்டல் வெவகாரம் எல்லாம் மாட்டிக்கும். பல பேர்க்கு நஷ்டம். ஆனா உனக்கு இன்னா கெடிக்கும்? உங்க மாமா சர்வீஸ்ல செத்ததால் உங்க குடும்பத்துல ஒருத்தருக்கு வேல கிடைக்கும். ஆனா அத்த செய்ய யாரு கீரா. நீயோ இரத்த சொந்தம் இல்ல. உனக்கு அந்த வேல கெடிக்காது. இந்தன வயசுக்கபுறம் உங்கக்காவயா அந்த வேலைக்கி அனுப்பி குப்பையள்ளவுடப்போற? அப்படியே செஞ்சாலும் அதுல எவ்ளோ சம்பாதிச்சு உனக்கு எவ்ளோ குட்த்துடப் போவுது? பேசாம நா சொல்றத கேளு. குடிபோதையில உள்ள உழுந்துடார்னு FIR போட்ருக்கு. சம்பவம் நடக்கும்போது கூட நீயும் இருந்ததா ஒத்துகினியின்னா ஓட்டல்காரரு லம்பா ஒரு அமொவுண்டு தருவார். சுந்தரமும் நானும் கவர்மெண்டு கண்ராக்ட் புல்லா உனக்கே புட்சி தருறோம். நம்முள்துல ஒரு வீட்ல கூட நீ குட்தனம் பண்க்க. வாடகை யெல்லாம் தர வேணாம். எத்தினி நாள்தான் நீ இந்த கப்புல கெடப்ப?''

''அவரு சொல்றதுதாம்பா சரி'' என்றார் இன்ஸ்பெக்டர்.

●

அடப்புசாமிக்கு அப்பகுதி முழுதும் கண்ணீர் அஞ்சலி போஸ்டர் ஒட்டியிருந்தது. அழுகுரலும் ஓலச்சத்தமும் பறையுடன் போட்டி போட்டுக்கொண்டிருந்தன.

அன்னம்மாளை ஆற்றுவாரில்லை. சரசுக்கு அவளைப் பார்க்கும் போது இவள் கதை இனிமேல் நாள் கணக்குதான் என்று தோன்றியது. துக்கமிகுதியில் மயங்கியே போனாள்.

டீக்கடை மூர்த்தி, முருகனோடு வந்து மாலை போட்டார். எதேச்சயாய்த் திரும்பியவர், ஜெகனும் அவன் மனைவியும் சுவரோரம் சோகம் தரித்து நிற்பதைப் பார்த்தார்.

மூர்த்திக்கு ஏனோ ஆறுமுகசாமி சொன்னது ஞாபகம் வந்தது.

''அவ்ளோ கலீஜூம் இங்கயே கீதுறா.''

# மனிதம்

சித்ரூபன்

பூபாலன் தனது யமஹாவை கீழ்த்தளத்தில் நிறுத்தி விட்டு, முதல் மாடியில் தன் வீட்டிற்குள் நுழைந்தான். பத்துக்குப் பத்து வரவேற்பறை முழுக்கக் களேபர மாக இருந்தது. ஆங்காங்கே துணிவகைகளும் தினத்தந்தியின் பக்கங்களும் இறைந்து கிடக்க, இலவசத் தொலைக்காட்சியில் குத்துப்பாட்டு அலறிக் கொண்டிருந்தது. சமையலறையிலிருந்து மீன் குழம்பின் வாசம் வீடெங்கும் பரவியது. அவன் தொழிற்சாலைச் சீருடையைக் களைந்து லுங்கி பனியனுக்கு மாறினான்.

மனைவி அஞ்சலை பதட்டத்துடன் ''உன்னை தேடிகினு போலீசு வந்திச்சிப்பா...'' என்றாள்.

''மெய்யாலுமாடி சொல்றே?''

''அய்யே... நான் என்னா பொய்யா புளுகறேன்.''

''யாரு வந்தாங்க... எங்கேந்து...?''

''இந்த சீட்டை குடுத்துட்டு போனாம்ப்பா...'' என்று அவள் காட்டிய தாளில் 'கே.கிருஷ்ணதாஸ், ஹெட் கான்ஸ்டபிள்' என்றெழுதப்பட்டு, காவல் நிலையத்தின் எண்ணும் விலாசமும் இருந்தன.

''மேட்டர் என்னாவாம்...''

''உன் வண்டி நம்பரை விசாரிச்சாம்ப்பா. ஏதோ ஆக்ஸிடென்ட்னான். அர்ஜீன்டா உன்னை டேஷனுக்கு வரச் சொன்னான்.''

''அப்பிடியா..'' என்று அதிர்ந்தான். ''என் பைக்ல எதுவும் ஆகலியே.. நான் எதுக்கு போவணும்...''

''நானும் அத்தைதான் கேட்டுகினேன் அவன் கையில... பதிலே பேசாம தெனாவட்டா எறங்கிப் பூட்டாம்ப்பா...''

உள்ளூரப் பிறந்த கிலியை பூபாலன் வெளிக்காட்டிக் கொள்ள வில்லை. பார்க்க சராசரி உயரத்தில் குண்டு கறுப்பாக அடியாள் மாதிரி தெரிந்தாலும் அவன் சுபாவத்தில் பயந்தவன்.

''அப்பவே ஆயா சொல்லிச்சி... புது வண்டி வாங்கின கையோட பாடிகாட் முனீஸ்வரன் கோயில்ல பூஜை போடுடான்னு. நாந்தான் அஸால்ட்டா இருந்துட்டேன்...'' என்று புலம்பியவாறே சட்டையை மாட்டிக்கொண்டு கிளம்பினான்.

''நீ ஒன்னும் கவலப்படாம போயி என்ன ஏதுன்னு கண்டுகினு வா..'' என்ற அஞ்சலை டம்ளரை நீட்டினாள். ''இந்தாய்யா... டீயைக் குடிச்சிட்டு போ..''

கீழே மெட்ரோ வாட்டர் லாரியடியில் தண்ணீர்ச் சண்டையை மீறி, அவர்களிருவரையும் அந்தக் குடிசை மாற்று வாரியக் குடியிருப்பு முழுக்க வேடிக்கை பார்த்தது.

போலீஸ் பற்றிய சிந்தனையோடே வண்டியில் சென்ற பூபாலனுக்குப் பதற்றம் அதிகரித்தது. சிகரெட் பிடிக்கத் தோன்றியது. சட்டைப் பையில் சுருங்கிக் கிடந்த கோல்ட் ஃப்ளேக்கை நேராக்கி உள்ளங்கை யில் தட்டியவாறே கடையில் ''வத்திப்பெட்டி இருக்காப்பா'' என்று வாங்கிக்கொண்டான். புகைக்க ஆரம்பித்தவுடனேயே ஒரு முதியவள் வந்து ''ஏம்ப்பா.. பாண்டியன் தியேட்டருக்கு எப்டிக்கா போவணும்?'' என்று வழி கேட்டாள்.

''இதே வாடையில நாலாவது சந்து. பீச்சாங்கை பக்கம் திரும்பு'' என்றவன் அவள் மீது இரக்கப்பட்டு ''வண்டியில குந்து. நானே எறக்கி உட்றேன்'' என்றான். திரையரங்கத்தின் அருகில் இறங்கியவள் ''மவராசனா இருக்கனும்ப்பா..'' என்று வாழ்த்திச் சென்றாள்.

பூபாலன் வசிக்கும் மூலக்கடையிலிருந்து அந்தக் காவல் நிலையத்திற்குப் பதினைந்து நிமிடங்களுக்கு மேலாகாது. அவன் எதிர்த்திசையில் வந்ததால் அங்கு அரசியல் கூட்டத்தின் வாகன நெரிசலில் நெடுநேரம் மாட்டிக்கொண்டான். கட்சிப் பிரமுகர் போக்குவரத்தை நெறிப்படுத்தியதில் ஆட்டோவின் பக்கவாட்டில் கிடைத்த இடைவெளியில் ஊர்ந்து சென்று அம்பேத்கர் சிலையருகே பிரதான சாலையில் வேகம் பிடித்தான்.

காவல் நிலையத்தின் அரைவட்ட வாசலுக்குள் சென்று வண்டியை மரத்தடியில் பூட்டிவிட்டு உள்ளே நுழைந்தான். வோல்டேஜ் குறைபாட்டினால் விளக்குகள் சோகமாக எரிந்து கொண்டிருக்க, நடுநாயகமாக உத்தமர் காந்தி படம் மாட்டப்பட்டிருந்தது. அவன் தயங்கியபடியே காவலரிடம் ''நான் பூபாலன். மூலக்கடையிலருந்து வரேன். கிருஸ்னதாஸ்னு யாரோ என்னை தேடிகினு வூட்டுக்கு வந்தாராம்... பொஞ்சாதி சொல்லிச்சி...'' என்றான்.

''ஏட்டய்யாவா... அதோ... போன் பேசிட்டிருக்காரேய''

பூபாலன் அவரைப் பணிவுடன் அணுகினான். மொபைலை அணைத்துவிட்டு ஹெட் கான்ஸ்டபிள் கிருஷ்ணதாஸ் இறுக்கமாகப் பார்த்தார் ''என்னய்யா.. அவ்ளோ பெரிய ஆளா நீ... ஆக்ஸிடென்ட் பண்ணிட்டு ஓடிப் போயிட்டா கண்டுபிடிக்க முடியாதுன்னு நெனைப்பா?''

''என்ன சார் சொல்றீங்க?''

''உன் பைக்ல வேகமா வந்து மொபெட்ல இருந்த ஒருத்தரை மோதிக் கொல்ல பாத்திருக்கே.. அவர் இப்போ உயிருக்கு போராடிட்டிருக்காரு...''

''எங்க சார்... எப்போ...?''

''நடிக்கிறியா... முந்தாநாள் காலைல பதினோரு மணி சுமாருக்கு... தண்டயார்பெட் ஐரோடு.. பக்கிங்காம் கெனால் கிட்ட. டிராஃபிக் சிக்னல்ல.''

''திங்ககிழமயா சொல்றீங்க... அன்னிக்கி நான் வழக்கம்போல ட்யூட்டிக்கு போயிட்டேன் சார்...'' என்றான். ''அம்பத்து?ர் ஃபேக்டரில இருந்தேன்...''

''என்னய்யா கதை உடறே. அப்போ உன் வண்டி தானாவே வந்து அந்தாளை தள்ளிட்டு போயிடுத்த...''

''அதான் சார் எனக்கும் புரியல'' என்றான் அப்பாவியாய்.

''விபத்து நடந்த இடத்துல 'சிசிடிவி' கேமராவுல உன் யமஹா நம்பர் தெளிவா பதிவாயிருக்கு...'' என்றவர் எழுந்து ''வண்டி சாவியை எடு. எங்க நிப்பாட்டியிருக்கே...'' என்று வாசலுக்கு விரைந்தார். கூடவே அவனும் பின்சென்றான்.

மரத்தடியில் அரைகுறை வெளிச்சத்தில் நின்றிருந்த பூபாலனின் வாகனத்தை மொபைல் டார்ச்சை உயிர்ப்பித்துப் பார்வையிட்டார். வண்டியின் முகப்புவிளக்குக் கண்ணாடியில் விரிசல்களும்

பிறவிடங்களில் கீறல்களும் அவரது போலீஸ் கண்களுக்குத் தென்பட்டன. 'க்ராஷ் பார்' வளைந்து காணப்பட்டது.

''இதெல்லாம் என்னய்யா? ஆக்ஸிடென்ட்னால ஏற்பட்ட டேமேஜ் தானே...?'' என்று அவர் கேட்ட பிறகே அச்சேதாரங்கள் அவனுக்குப் புலப்பட்டன.

''எப்பிடி இந்த மாதிரி ஆச்சின்னு எனக்கே தெரியல சார்.''

''என்ன கதை வுடறே... முதல்ல, ஆக்ஸிடென்ட் சமயத்துல வேலைக்குப் போயிட்டேன்னே... இப்போ, இது எதுவுமே தெரியாதுன்னு வேஷம் போடறே...''

பூபாலனுக்கு என்ன சொல்லித் தற்காத்துக் கொள்வது என்று புரியாமல் கலவரமானான்.

அந்தச் சமயம் அவன் மனைவி ஆட்டோவில் வந்து இறங்கினாள். அவர்களது குடியிருப்பில் வசிக்கும் மயில்வாகனன் என்பவரும் உடன் வந்திருந்தார். ஓரளவு சட்ட நுணுக்கங்கள் தெரிந்தவர். எந்தவொரு பொதுப் பிரச்னைக்கும் வலிய வந்து உதவுபவர்.

நைட்டியின் மேல் ஒரு துண்டை போர்த்திக் கொண்டு வந்திருந்த அஞ்சலை ''இன்னாப்பா... நீ போயி இம்மாம் நேரமாச்சு... ஆளைக் காணமேன்னு எனக்கு காப்ராவாயிடிச்சி. அதான் மயில் அண்ணனையும் இட்டுக்கினு வந்தேன்'' என்றாள்.

மயில்வாகனன் ''என்ன சார் ஆச்சு?'' என்றதற்கு தாஸ் அலட்சியமாக ''ம்... இந்தாளைக் கேளு... வாக்குமூலம் குடுப்பான்...'' என்று பூபாலனைக் காட்டினார்.

''அண்ணாத்த... முந்தா நாளு சுண்ணாம்பு கால்வாயாண்டை ஏதோ ஆக்ஸிடென்ட்டாம். நாந்தான் வண்டியில யாரையோ இடிச்சுட்டேன்னு சொல்றாருப்பா...''

''அன்னிக்கி நீ வேலைக்கு போலியா பாலா?''

''போனேம்ப்பா... அத்தைதான் நான் இவர் கையில சொல்லிகினே கீறேன்...''

கிருஷ்ணதாஸ் அவர்களை மதிக்காதவராய் ''ஹிட் அண்ட் ரன் கேஸ். எஃப்ஐஆர் போடணும்'' என்றார். ''எம்வி ஆக்ட் செக்ஷன் 134, 187... இபிகோ 279, 338... நீ இடிச்சுத் தள்ளினவன் செத்துட்டான்னா 302க்கு மாத்தணும்...''

மயில்வாகனன் ''என்ன சார் அடுக்கிட்டே போறீங்க... நீங்க சொல்ற சமயத்துல இவன் அந்த ஸ்பாட்லயே இல்ல...'' என்றதற்கு ''நீ யாருயா வக்காலத்து... 'சிசிடிவி ஃபுட்டேஜ்ல' இந்த வண்டி நம்பர் பக்காவா தெரியுதுல்ல...'' என்று இருக்கையின் மேல் தட்டினார்.

''கிரிமினலுங்க யாராச்சும் அவங்க நம்பர் பிளேட்டை மாத்தியிருக்கலாம்...''

''அப்போ... இந்த வண்டியில டேமேஜ்லாம் எப்டி வந்துச்சாம்?''

''இதையெல்லாம் நானே இப்பதான் சார் பார்க்கறேன்... எனக்கே புரியல.''

''லாக்கப்புல வெச்சு லாடம் கட்டினா தெரிஞ்சிடும்.,. வா உள்ளே..,'' என்று பூபாலனை முரட்டுத்தனமாக இழுத்துச் சென்றார். அஞ்சலை ஆவேசத்துடன் ''எம் புருஸன் மேல பொய் கேஸ் போட்டியானா நீ நல்லாவே இருக்க மாட்டய்யா...'' என்று சாபமிட்டாள்.

மயில்வாகனன் ''ஏட்டு சார்... அந்த ஆக்ஸிடென்ட்டுக்கும் பாலனுக்கும் சம்பந்தமே இல்லன்னு சொல்றோம்'' என்று பின்தொடர்ந்தார்.

''அப்போ 'சிசிடிவி' பொய் சொல்லுதா...?''

''எங்களுக்கு இப்பவே அதைப் போட்டுக் காட்டுங்க...''

''யோவ்.. நீ என்ன வக்கீலா?... உனக்கெல்லாம் ராத்திரி பத்தரை மணிக்கு வீடியோ காணிக்க வேண்டிய அவசியமில்லை... இந்தாளும் வண்டியும் எங்க கஸ்டடியில இருக்கணும் விசாரணைக்கு...''

''அய்யா....சந்தேகத்தும் பேர்ல ஒருத்தரை நீங்க பிடிச்சு வெக்க முடியாது'' என்றார் மயில்வாகனன்.

அஞ்சலை ''யோவ்... அவரை விடுய்யா... நீ நாசமா பூடுவே...'' என்றாள் உரத்த குரலில்.

கிருஷ்ணதாஸ் சற்றே தளர்ந்து ''சரி... இப்போதைக்கு இவனை கூட்டிட்டு போலாம்... வண்டி இங்கனதான் இருக்கணும்... எங்களுக்கு அதுதான் க்ரைம் எவிடென்ஸ்...'' என்றவர் பூபாலனிடம் ''நாளைக்கு காலையில இங்க ஆஜர் ஆகணும்... எஸ்ஐ வருவாரு...'' என்றார்.

ஆட்டோவில் வீடு திரும்புகையில் மயில்வாகனன், ''ஒன்னும் கவலப்படாத பாலா... இது சப்பை மேட்டரு... அன்னிக்கி நீ எஸ்டேட்ல இருந்ததை சொல்லியே இந்த கேஸை ஒண்ணுமில்லாம ஆக்கிடலாம்...'' என்றார்.

அஞ்சலை ''அந்த போலீஸ்காரன் ஒட்டாரமா உம்மேல கேஸ் போடறதிலயே குறியா இருக்கான்யா... பொறம்போக்கு... கஸ்மாலம்...'' என்று புலம்பிக்கொண்டே வந்தாள்.

''ஏட்டய்யாவை ஒண்ணும் சொல்லாதடி... அவர் கடமையை செய்றாரு... ஆனா வண்டி எப்பிடி டேமேஜாச்சி... அதான் மர்மமாருக்கு...'' என்று வியந்தான் பூபாலன். ''ரெண்டு மூணு நாளாவே ஓட்டும்போது கைக்கு வாட்டமா இல்ல... வளிக்கறதும் கஸ்டமாதான் இருந்திச்சி...''

''பாலா... உங்க ஃபேக்டரியிலருந்து 'அட்டனென்ஸ் சர்டிஃபிகேட்'னு ஒன்னு வாங்கிட்டு வா... நீ போசொல்ல நான் எளுதி தரேன்.. எனக்கு தெரிஞ்ச வக்கீல்கிட்டயும் விசாரிக்கறேன்...'' என்றார் மயில்வாகனன்.

●

அடுத்த நாள் ஹெட் கான்ஸ்டபிள், சப்-இன்ஸ்பெக்டரின் அறைக்குள் கணினியில் விபத்தின் வீடியோவை ஓட விட்டுப் பார்த்தார். அதில் பதிவாகியிருந்த யமஹாவின் எண்ணும் நிறமும் பூபாலனினுடையது தான் என்பதை உறுதிப்படுத்திக்கொண்டார். ரைட்டர் ''எத்தனை தடவை இதையே பார்ப்பீங்க..'' என்றார். ''கல்ப்ரிட்தான் கிடைச்சிட்டானே...''

''வண்டியோட 'நம்பர் ப்ளேட்' ஃபுட்டேஜ்ல துல்லியமா கவர் ஆயிருக்கு... அதுதான் இந்த கேஸ்ல நமக்கு சாதகமான விஷயம்...'' என்றவர் ''ஆனா ஒரு விஷயம் கவனிச்சிங்களா...'' என்று ஆரம்பித்ததும் வெளியே பேச்சரவம் கேட்டது. உடனே அந்த 'ஸிடி'யை எடுத்து பத்திரப்படுத்திவிட்டு வந்தார்.

காத்திருந்த பூபாலனை ''என்னய்யா.. வண்டியோட ஆர்ஸி புக், இன்ஷுரன்ஸ் எல்லாம் எடுத்துட்டு வந்தியா...?'' என்று மிரட்டினார். ''எஸ்ஐ கேப்பாரு...''

''கொணாந்திருக்கேன் சார்...'' என்று அசல் உரிமம் உட்பட எல்லா ஆவணங்களையும் காண்பித்தான்.

''வேற யாருக்காவது வண்டியை ஓட்ட குடுத்திருக்கியா?''

''இல்ல சார்... எப்பவுமே நான் சிங்கில் ஹாண்ட்லிங்தான்...''

''வண்டி சமீபத்துல காணாம போச்சா...?''

''வாங்கியே நாலு மாசம்தான் ஆவுது... தாராந்து எல்லாம் போவல சார்...''

''அப்ப... சந்தேகமே இல்ல... நீதான் ஆக்ஸிடெண்ட் பண்ணியிருக்கணும்...''

''அந்த கடும்பாடி அம்மன் சத்தியமா சொல்லிகிறேன் சார்... நான் யாரையும் இடிச்சு தள்ளவேயில்ல...''

மயில்வாகனம், ''அந்த சமயத்துல பாலன் ஃபேக்டரியில இருந்திருக்கான்...''

''அன்னிக்கி 'மார்னிங் ஷிஃப்ட்' பார்த்ததுக்கு சாட்சியா லெட்டர் வாங்கியாரேன் சார்'' என்றான் பூபாலன்.

''என்னய்யா பெரிய கடுதாசி... எல்லா நிர்வாகமும் வேலை பார்க்கறவனுக்கு சாதகமாதான் எழுதிக் குடுக்கும்...''

''அடிபட்டவரை நாங்க பார்க்கலாமா சார்?'' என்று மயில்வாகனன் கேட்க, கிருஷ்ணதாஸ் ''எங்களையே குறுக்கு விசாரணை பண்றீங்களா.. இப்பவே எஃப்ஐஆர் போட்டு இவனை உள்ள தள்ள முடியும்...'' என்று ஆவேசமானார்.

பூபாலன் பதிலளிக்க முற்பட்டதும் அவருடைய கைபேசி ஒலிக்கவே, ''சும்மா இருய்யா...'' என்று அதட்டிவிட்டுப் பேசத்தொடங்கினார். ''எப்டி இருக்கீய... மதனி சௌக்யமா... கடேசியா உங்களை வள்ளியூர் கல்யாணத்துல வெச்சு பார்த்தது...'' என்றவர் ஜன்னலகருகில் போய் உரையாடலைத் தொடர்ந்தார். ''ஆமா... எம் மவனா... ஐடிஐயில டிப்ளமா முடிச்சிருக்கான்... 'லேசர் பீம் வெல்டிங்' வரைக்கும் கரைச்சி குடிச்சிருக்காப்ல... ரெண்டு வருஷமாச்சு... வேலை கெடக்கலையே... அந்தக் கவலைதான் எனக்கு பெருசா இருக்கு... நிறைய எடத்துல அப்ளை பண்ணியிருக்கான்... ஒண்ணும் சரியா அமையல... உங்களுக்கு எதாவது தெரிஞ்சா சொல்லுங்க...'' என்று சொந்தக் கதையைப் பேசிமுடித்த பிறகே இருக்கைக்குத் திரும்பினார்.

''தெனமும் வேலைக்கு வண்டியிலயே போறியா...?''

''இல்ல சார். டேஷன்ல பைக்கை உட்டுட்டு ட்ரெயின்ல போவேன்...'' என்று அந்த ரயில் நிலையம் பற்றிச் சொன்னான்.

''காலையில எத்தனை மணிக்கு பொறப்படுவே?''

''எட்டரைக்கு வண்டியை நிறுத்திட்டு, 'எட்டு நாப்பது ஆவடி லோக்கலை' பிடிச்சுடுவேன் சார்.''

''தெனமும் அங்க டோக்கன் எடுத்து பைக் பார்க் பண்ணுவியா...?''

''இல்ல சார் மூணு மாசத்துக்கு பாஸ் வாங்கியிருக்கேன்.''

''ஸ்டேண்ட்ல எந்நேரமும் ஆளுங்க இருப்பாங்களா?''

‘‘முதல் வாரம் கறாரா நின்னுகிட்டிருப்பாங்க, பணத்துக்காண்டி.. சில நாள்ல யாருமே இருக்க மாட்டாங்க.’’

அவ்வமயம் ரைட்டர் வந்து ‘‘சார்... கமிஷ்னர் ஆபீஸ்லருந்து போன்...’’ என்று கார்ட்லெஸை நீட்டினார்.

கிருஷ்ணதாஸ் விறைப்பாகி ‘‘குமானிங் ஸர்... எஸ்ஐ இன்னிக்கி லீவு ஸர்... எதோ சாவுக்கு போயிருக்காராம்... ஆமா ஸர்... அந்த கேஸையும் விசாரிச்சிட்டிருக்கோம்... ஆள் சிக்கிட்டான் ஸர்... எவிடன்ஸ் பக்காவா இருக்கு... தெரியும் ஸர்... ஆக்ஸிடென்ட் விக்டிம் ஆளுங்கட்சில முக்கியமானவர்னு எஸ்ஐ சொன்னாரு.... சீக்கிரமே எஃப்ஐஆர் போட்ருவோம் ஸர்...’’ என்று சல்யூட் அடிக்காத குறையாக போனை வைத்தார். சற்று யோசித்துவிட்டு ‘‘சரிய்யா... நான் எக்மோர் வரைக்கும் போயிட்டு வாரேன்... அவசர சோலி... நாளைக்கு சீக்கிரமா வந்துடு... சப் இன்ஸ்பெக்டர் வருவார்...’’ என்று தொப்பியை மாட்டிக்கொண்டு வெளியேறி புல்லட்டை உதைத்துப் புறப்பட்டார். ஆனால் அவர் எழும்பூர் செல்லவில்லை. மாறாக, பூபாலன் வண்டி நிறுத்துமிடம் நோக்கி விரைந்தார்.

அந்த ரயில்வே ஸ்டேஷன் வாசலிலிருந்த ‘டூ வீலர் ஸ்டேன்ட்’டைப் பார்வையிட்டார். பழைய தண்டவாளங்களினால் சுற்றுச்சுவர் அமைத்து, துத்தநாகக் கூரை போடப்பட்டிருந்தது. வாயிலின் மரக்கிளையில் தொங்கிய தகரப் பலகையைத் திருப்பிப் படித்தார். வாகனங்களுக்கும் நேரத்திற்குமான வாடகை விவரங்கள் காணப்பட்டன. ஒப்பந்ததாரர் பெயரும் தொலைபேசி எண்ணும் இருந்தன. அன்னாரது லைசென்ஸ் காலாவதியாகிவிட்ட தேதியும் தெரிந்தது. அருகே மரத்தில் ஒட்டப்பட்டிருந்த நோட்டீஸும் கிருஷ்ணதாஸ் கண்ணில் பட்டது. உரிமம் புதுப்பிக்கப்படாத நிலையில் அங்கு யாரும் வண்டியை நிறுத்த வேண்டாமென்றும், மீறினால் ஏற்படும் இழப்புகளுக்கு நிர்வாகம் பொறுப்பேற்காது என்றும் எச்சரித்தது. சுற்றிலும் பார்த்தவர் விளக்குக் கம்பத்தில் கண்காணிப்புக் கேமரா பொருத்தப்பட்டிருந்ததைக் கவனித்தார். எதிர்ப்புறமிருந்த ரயில்வே காவல் படையின் அலுவலறைக்குள் நுழைந்தார்.

●

வெள்ளிக்கிழமை காலை கிருஷ்ணதாஸ், ‘பீஸி’ என்றழைக்கப்படும் இளநிலை காவலரிடம் ‘‘அந்த ஆக்ஸிடென்ட் ஃபைலை எடுத்துட்டு வாய்யா... பீரோவுல மூணு அன்னம் இருக்கும்... பூபாலனுக்கு

உள்ளதை கொண்டா... எஸ்ஐ பையதான் வருவாரு... 'எஃப்ஐஆர்'க்கு எல்லாம் தயார் பண்ணணும்... கமிஷ்னர் ஆபீஸ்லேருந்து இந்த கேஸை சீக்கிரம் முடிக்க சொல்லி ஒரே பிரஷர்... அடிபட்டவரு அரசியல்ல பெரிய புள்ளியாம்.. ஆனா ரொம்ப எளிமையான மனுஷன்றாங்க...''

''அவரை ஆஸ்பத்திரியில பார்த்தீங்களா சார்? நெனவு திரும்பிடுச்சா?''

''நேத்தி ஸ்டான்லிக்கு போயிருந்தேன்....இன்னும் பேச்சுமூச்சு இல்லாமதான் கிடக்காரு... அங்க ஒரே கட்சிக்காரங்க கூட்டம்... டாக்டருங்க அவரு பொழைக்கறது கஷ்டம்கறாங்க...''

''பூபாலன் ஆக்ஸிடென்ட் ஸ்பாட்லயே இல்லன்னு நிரூபிச்சுட்டா என்ன செய்யறது...?''

''அவனோட 'அலிபி' ஸ்ட்ராங்காயிடும். அந்த வீடியோவை கவனிச்சியா? யமஹாவை ஓட்டிட்டு வந்தது ஒல்லியா வளர்த்தியான ஒரு ஆளு. அது பூபாலன் இல்லன்னு அப்பவே தெரிஞ்சிடிச்சி'' என்றார் தாஸ்.

''என்ன சார் சொல்றீங்க?''

''நேத்து அந்த ரயில்வே ஸ்டேஷன்ல வெய்கிள் ஸ்டேண்டையும் போய் பார்த்தேன்... பூபாலன் இல்லேன்னா அடுத்து ஷெட் ஓனரைதான் பிடிக்க வேண்டியிருக்கும்... ஆனா... அந்த கான்ட்ராக்டரோட லீஸ் பிரியட் முடிஞ்சு ரெண்டு மாசமாவுது.. அங்க வண்டிங்களை கண்காணிக்க யாருமே இல்ல... சிசிடிவி கேமரா வெச்சிருக்காங்க... 'ஆர்பிஎஃப்' ஆளுங்ககிட்ட அன்னிக்கி ஃபுட்டேஜை போடச் சொல்லிப் பார்த்தேன்...''

''அதுல எதாவது க்ளூ கிடைச்சுதா...?'' இளங்காவலர் ஆர்வத்துடன் கேட்டார்.

''பூபாலன் காலைல வண்டியை நிப்பாட்டிட்டு போறான்... அப்பறம் பத்து நுப்பதுக்கு ஒசரமா ஒருத்தன் பெரிய ஹெல்மெட்டோட, முகத்தை மறைச்சிட்டு அங்க வந்து நாலஞ்சு பைக்கை ஸ்டார்ட் பண்ணி பார்க்கறான்.''

'வண்டி சாவி எப்பிடி...?' என்ற கேள்வியை எதிர்பார்த்து ''எல்லாத்துக்கும் கள்ளச்சாவி கிடைக்குதுய்யா..'' என்றார் கிருஷ்ணதாஸ். ''கடைசியா... பூபாலன் வண்டி ஸ்டார்ட் ஆயிடுது. அதை வேகமா ஓட்டிட்டு வெளியே போயிடறான்...''

''அவன் யாரு... என்ன மோட்டிவ்...?''

''எவனோ ஒரு கிரிமினல்.. ஆளில்லாத ஸ்டேண்டை நோட்டம் விட்டு பண்ணியிருக்கான்... பணத்துக்காக கொலை பண்ற கூலிப்படையா இருக்கும்... அரசியல் முன்விரோதம்... கோஷ்டிப்பகை எதாவது காரணமிருக்கும்...''

''அது சரி... அவன் வண்டியை திரும்ப கொண்டுவந்து அங்கயே விட்டுருக்கானா? ஆச்சர்யமாயிருக்கே!'' என்றார் 'பீஸி'.

''அது மட்டுமில்லய்யா... டேமேஜான வண்டியை மெக்கானிக் ஷாப்புல சேதாரமெல்லாம் தெரியாத மாதிரி அவசரமா ரிப்பேர் பண்ணி, அதே ஷெட்ல பார்க் பண்ணிட்டு போயிருக்கான். இந்த ரெண்டு விஷயம்தான் எனக்கும் புதிரா இருக்கு... அவன் நம்ம கைக்கு கிடைச்சான்னா எல்லா முடிச்சும் அவிழ்ந்திடும்...''

''அந்த கிரிமினலை கண்டுபிடிச்ச பிறகுதானே சார் எஃப்ஐஆர் ஃபைல் பண்ணனும்...''

''அப்படி அவசியமில்ல... A1 அதாவது முதல் குத்தவாளி 'அன்நோன் பெர்ஸன்'னு கூட போடலாம். ஆனா அவனை 'ட்ரேஸ்' பண்ணிதான் ஆகணும்'' என்றார் பெருமூச்சுடன்.

''அந்தாளை எப்பிடி எங்கேன்னு தேட முடியும்?''

''ஆக்ஸிடென்ட் பண்ணிட்டு அவன் வண்டியில எந்தெந்தப் பக்கம் போயிருக்கான்னு அடுத்தடுத்த சிசிடிவி ஃபுட்டேஜையும் பாக்கணும். அதுலயுமே அவன் மாட்டுவானாங்கறது சந்தேகம் தான்... உடனே அது சாத்தியமில்ல... இப்பவே, எஸ்ஐ வந்தா சத்தம் போடுவார். 'அஞ்சு நாளாச்சு இன்னும் 'கல்ப்ரிட்டை' கண்டுபிடிக்க முடியலயான்னு...' மேலிடத்துலருந்து வேற நெருக்கடியா இருக்கு. சீக்கிரமா ஃபைலை க்ளோஸ் பண்ணனும்...''

''என்ன சார் செய்ய போறீங்க...?''

விபத்து சம்பந்தமான கோப்பில் புகைப்படங்களும், சம்பவ இடத்தின் 'ரஃப் ஸ்கெட்ச்' வரைந்த தாள்களும், சாட்சிகளின் பெயர்ப் பட்டியலும், அரசு மருத்துவரின் 'காயச் சான்றிதழும்' இன்னபிறவும் இருப்பதை உறுதிப்படுத்திக்கொண்ட ஹெட் கான்ஸ்டபிள் ''இதுல பிரதான குற்றவாளி ஒரு 'முகம் தெரியாத நபர்'னுதான் 'முதல் தகவல் அறிக்கை' தாக்கல் பண்ணனும். அதுதான் தொழில்சார் நெறிமுறை...'' என்று செந்தமிழுக்கு மாறினார். பிறகு மேசை மீதிருந்த லத்தியை உருட்டியபடியே ''இன்னொரு மார்க்கமும் இருக்கு... நாம நெனைச்சா யாரை வேணா இந்த வழக்குல பலிகடா ஆக்கவும் முடியும்...'' என்று கள்ளத்தனமாகச் சிரித்தார்.

''அவன் ஃபேக்டரிலேருந்து லெட்டர் குடுத்துட்டான்னா பிரச்னையாயிடுமே சார்...''

''தெரியும்யா. நம்ம எஸ்ஐ எல்லாத்தையும் சமாளிப்பாரு. மேலேருந்து ரொம்ப அழுத்தம் குடுத்தாங்கன்னா பூபாலனை பலி குடுக்கறதை தவிர வேற வழியில்ல'' என்ற கிருஷ்ணதாஸ் 'பீஸி'யின் பார்வையைத் தவிர்த்தார்.

●

தொழிற்சாலையிலிருந்து வீடு திரும்பிய பூபாலனிடம் ''என்னாய்யா.. ஒரு லெட்டர் வாங்கியாறதுக்கு இம்மாம் நேரமா?'' என்றாள் அஞ்சலை. ''மயிலண்ணன் நீ வந்தவுடனே போன் பண்ண சொன்னாரு. உன்னை இட்டுகினு டேஷனுக்கு போகணுமாம்'' என்றவாறே தட்டில் அவனுக்குப் பிடித்த முட்டை தோசையும் வடகறியும் வைத்து நீட்டினாள். ''இதை துன்னுட்டு போயிடுயா...''

''ஃபேக்டரி எச்சார் டிபார்ட்மென்ட்ல நம்ம ஃப்ரெண்டு ஒலகநாதன் சார்தானே இன்சார்ஜா கீறாரு. அவராண்டைதான் சர்டிகேட் வாங்க போயிருந்தேன்...''

''யாரு... அடிக்கடி நீ ரயில்வே டேஷனுக்கு போயி ஒருத்தருக்காக டிக்கட் எடுத்து குடுப்பியே... அவரா?''

''ஆமான்டி.. கரீட்டா சொல்றியே.. எம் மேல அவருக்கு எவ்ளோ மருவாதை தெரியுமா?''

''இருக்காதா பின்ன? எத்தினி தபா அவருக்காக நீ காலம்பரயே போயி மணிக்கணக்கா கியூவுல நின்னுருக்கே...''

''அவர் ஆபீசல ஒரே கூட்டம்... வேலைக்கு ஆள் எடுக்கறாங்கடி... அங்க டர்னரு ஃபிட்டரு இந்த மாதிரி போஸ்ட்டுக்கு நெறைய பேரு அலைமோதிகினு இருந்தானு?ங்க...''

''மயிலண்ணன் சொன்னா மாதிரி லெட்டர் வாங்கினியா இல்லியா... அத்தை சொல்லுய்யா...''

''வாங்கிகினேன். அந்த சாரே எனக்காக வந்து சாட்சி கூட சொல்றேன்னாரு... அதைக் கேக்க சொல்ல எனக்கு கெத்தா இருந்திச்சி...'' என்று கைகழுவச் சென்றான். ''ஏட்டய்யா தாஸோட பிள்ளையும் வேலை கிடைக்காம பல வர்ஸமா அலைஞ்சிகினு கீறானாம்... நேத்தி நாங்க டேஷன்ல இருக்கும்போது யார் கையிலயோ பொலம்பிகினு இருந்தாரு...''

''அது அவன் தலையெழுத்து... நாம என்னா செய்ய முடியும்?'' என்றாள் அஞ்சலை வெறுப்புடன்.

''ஒலகநாதன் சாரு கையில சொல்லி வெச்சேன்... 'நமக்கு தெரிஞ்ச பையன்... பாலிடெக்னிக்ல வெல்டிங் சம்பந்தமா ஒசந்த படிப்பெல்லாம் படிச்சிருக்கானாம்... நம்ம ஃபேக்டரியில எதாவது வேலை போட்டு குடு சார்'னேன்...''

''யோவ்... ஒனக்கு பைத்தியமாயா புடிச்சிருக்கு? உன்னை தேவையில்லாம டேஷனுக்கு வரசொல்லி விசாரிச்சுகினு கீறான்... அந்த பேமானிக்கு எதுக்குய்யா இதெல்லாம் செய்யனும்...?'' என்று அவள் சொன்னதைக் கேளாமல் அவன் தொடர்ந்தான்.

''அதுக்கு சார் சொன்னாரு, 'நீ எனக்கு எவ்ளவோ எல்ப் பண்ணியிருக்கே பூபாலா... நான் இதுகூட செய்ய மாட்டேனா... அவனை அப்ளிகேஸன் போட சொல்லு... நிச்சயமா வெல்டர் வேலை கெடைக்கறதுக்கு நான் ஏற்பாடு பண்றேன்'னுருக்காரு...''

''உம்மேல பொய் கேஸ் போடறதுலயே குறியா இருக்கான்யா அந்த சாவுகிராக்கி...''

''அப்டியில்லடி... தாஸோட எடத்துல யார் இருந்தாலும் என்னை தான் சந்தேகப்படுவாங்க. இப்ப ஃபேக்டரியிலருந்து லெட்டர் வந்தாச்சில்ல... எம்மேல எந்த தப்பும் இல்லன்னு ஆயிடிச்சி... நிச்சயமா என்னை விட்டுடுவாரு... பாரேன்...''

''மூணு நாளா எவ்ளோ அலைச்சல்... பேஜாரா பூட்ச்சி... மாரியாத்தா புண்யத்துல நீ நல்லபடியா வெளியே வந்துடுவயா... அந்த அல்லக்கையை எதுக்கு நீ காக்கா பிடிக்கணும்?''

''இல்லடி... போன்ல ஏட்டய்யா ரொம்ப நொந்து போயி சொல்லிட்டிருந்தாரு... பாவம்...''

''எல்லாம் சரிய்யா... யாரோ செஞ்ச தப்புக்கு உன்னை உள்ளே தள்ள பாக்கறான். அவனுக்கு எதுக்கு எல்ப் பண்ணனும்தான் கேக்கறேன்...''

''அவர் எப்பிடி வேணா இருந்துட்டு போட்டும். நான் அல்லாருக்கும் ஒத்தாசையா இருக்கனும்னு நெனைக்கறேன்... அவ்ளவுதான். மன்ஸனுக்கு மன்ஸன் இது கூட பண்ணலேன்னா எப்டி..'' என்றான் பூபாலன்.

# மல்லன்

## அபுல் கலாம் ஆசாத்

அப்பா மற்போர் வீரராக இருந்திருக்கிறார் என்பது அந்த நிமிடம் வரையில் எனக்குத் தெரியாது.

எனக்கு நினைவு தெரியத் துவங்கிய நாள்களில் முண்டா பனியன் அணிந்துகொண்டு மண்ணடியில் கைத்தறி லுங்கிகளை அடுக்கி இறுக்கிக் கட்டி வண்டியில் ஏற்றுவார். எப்பொழுதாவது அந்தப் பக்கம் என்னையும் அழைத்துச் சென்று லுங்கி அடுக்கின் மீது உட்காரவைத்துவிட்டு, பார்த்து பார்த்துப் புன்னகைத்துக்கொண்டே சரக்குகளைக் கட்டுவார். அங்கப்ப நாயக்கன் தெரு சமையல் கூடங்களிலிருந்து நெய்ச்சோறும் கறிக்குழம்பும் வாங்கித் தருவார்.

நான் பள்ளியில் படிக்கையில் அப்பாவுக்கு உடல் நலம் குறைந்தது. படுக்கையில் விழுந்தார். ராயப்பேட்டை மருத்துவமனையில் சேர்த்தார்கள். பிறகு, வீட்டில் ஒண்டுக்குடித்தனத்து அறையின் மூலையில் பாயில் நான்கைந்து பழைய லுங்கிகளைப்போட்டு மெத்தையைப்போல் செய்து அதில் படுத்தபடி இருந்தார். அம்மா எப்படியோ குடும்பத்தை நடத்தினார். சுகமாகி எழுந்தபோது அப்பாவின் உடற்கட்டு குலைந்திருந்தது. மண்ணடி வேலை போய்விட்டது.

ஆசாத் பயில்வான், அப்பாவிற்கு பெரியமலையப்பன் தெருவின் கோடியில் கடையைப் பிடித்து இரண்டு

அரவை இயந்திரங்களை வாங்கித் தந்து பிழைப்புக்கு வழி செய்தார். மெலிந்த உடம்புடன் அப்பா அவர் கைகளைப் பிடித்துக்கொண்ட போது, 'ஆதம், இது என் கடமைடா' என்ற வார்த்தையில் மலையாளம் தெரிந்தது. ஆசாத் பயில்வானை நீங்கள் சரஸ்வதி சபதம் திரைப்படத்தில் பார்த்திருக்கக்கூடும்.

அதன் பிறகு நான் பார்த்த அப்பா, லுங்கியை மடித்துக்கட்டி கால்களில் புடைத்திருந்த நரம்பு முடிச்சுகள் தெரிய நின்றுகொண்டு வாடிக்கையாளர்களின் பாத்திரங்களில் இருக்கும் ஊறவைத்த அரிசி உளுந்தை அரைத்து மாவாக்கி அதே பாத்திரத்தில் இட்டுத்தந்து, அவர்கள் தரும் சில்லறைகளை பழைய பாசிங் ஷோ சிகெரெட் டின்னில் போட்டுவைத்தார்.

மண்ணடியில் வண்டிகளில் சரக்கு ஏற்றிய அப்பாவைத் தெரியும், ஒடுங்கிய மார்புடன் அரவை இயந்திரங்களில் மாவு அரைக்கும் அப்பாவைத் தெரியும், ஆனால், அவருடைய இளமைக்காலம் குறித்து எதுவும் தெரியாது. தெரிந்துகொள்ள நேரமும் வாய்ப்பும் அந்த நிமிடம் வரையில் எனக்குக் கிடைத்திருக்கவில்லை.

செங்கல்வராய நாயக்கன் தெருவில் நடந்த கைகலப்பு அது. முந்தைய வாரம் நடந்த பள்ளி ஆண்டு விழா விளையாட்டுப் போட்டிகளில் போடப்பட்ட தீப்பொறி.

நானூறு மீட்டர் ஓட்டப்பந்தயத்தில் எனக்குப் பின்னே ஆரிஃப், 'கொஞ்சம் பிரேக் அர்ரா, நான் ஃபர்ஸ்ட் வந்துட்டா இந்த வருஷ சாம்பியன்ஷிப் எனக்குடா' என்று மூச்சிரைக்கச் சொல்லிக் கொண்டே ஓடிவந்தான். மற்ற போட்டிகளில் முதலிடம் இல்லாததால் அந்தப் பந்தயத்தில் நான் முதலிடம் பெற்றாலும் எனக்கு சாம்பியன்ஷிப் கிடைக்காது, ஆனால், அவன் வென்றால் அவனுக்குக் கிடைக்கும். இருப்பினும் நான் விட்டுக்கொடுக்க வில்லை. பதினொன்றாம் வகுப்பை முடித்து வெளியே வருகிறோம். அவனுடைய சாம்பியன்ஷிப் கனவு இனி நிறைவேறாது. அதனால் உண்டான கோபம், கைகலப்பு வரையில் கொண்டுசென்றது.

என்னை அடிப்பதற்காகக் காத்திருந்து, தெருவில் எனது சட்டையைப் பிடித்து சண்டைக்கு இழுத்தான். கண்ணிமைப்பதற்குள் முழங்கை யால் அவன் தாடையில் தாக்கினேன், சட்டெனக் கீழே விழுந்து விட்டான். அவன் இழுத்துக்கொண்டே விழுந்ததில் எனது சட்டை கிழிந்து தொங்கியது. சுதாரித்து எழுந்து அவன் திருப்பித் தாக்கி சண்டை பெரிதாகும் முன் அக்கம்பக்கத்தில் இருந்த பால் விற்பனை யாளர்கள் கூடிவிட்டார்கள். 'படிக்ற பசங்களுக்குள்ள ஏண்டா

சண்டை' எனப் பிரித்துவிட்டார்கள். சண்டைக்கோழிகளைப் போல் முறைத்துக்கொண்டே பிரிந்தோம்.

கிழிந்த சட்டையுடன் வீடு வரையில் செல்ல முடியாது. செங்கல்வராய நாயக்கன் தெருவிலிருந்து பி.வி. நாயக்கன் தெரு வந்து, திருவல்லிக்கேணி நெடுஞ்சாலையைப் பிடித்தால், அந்தத் திருப்பத்தில் சேவியர் வேலை செய்யும் தையற்கடை இருந்தது. ஊசி நூலை இரவல் வாங்கி கையால் மூட்டித் தையல் இட்டுக்கொண்டு வீடு திரும்பினேன்.

வீட்டுக்கு வருவதற்குள் கைகலப்புச் செய்தி வீட்டிற்கு வந்திருக்கிறது. வாசலில் திரையாகத் தொங்கிய சாக்குப்பையைத் தள்ளிக்கொண்டு இரண்டரையடி அகல நடையில் நடந்து உள்ளே போகும்போது, 'வர்ட்டும் அவன்' எனக் கத்திக்கொண்டிருக்கும் அப்பாவின் குரல் கேட்டது. நடையைக் கடந்ததும் முற்றம். முற்றத்தில் கைப்பம்பு அடித்துக்கொண்டிருந்த பக்கத்துக் குடித்தனப் பெண் என்னைப் பார்த்ததும் முகத்தைச் சுளித்துக் கோபமாக்கிக்கொண்டு பம்பை அடித்தது. முற்றம்தான் ஒண்டுக் குடித்தனங்களை இணைக்கும் இடம். கழுவியெடுப்பதற்காக வைக்கப்பட்டிருந்த சமையல் பாத்திரங்கள், வாளிகளில் ஊறவைக்கப்பட்டிருக்கும் அழுக்குத் துணிகள், பாசி பிடித்துவரும் சிமெண்ட் வடிகுழாய் எல்லாவற்றையும் கடந்து கடைசியில் இருந்த எங்கள் குடித்தன அறைக்குள் நுழைந்தேன்.

நுழைந்ததும் பளாரென கன்னத்தில் அறை விழுந்தது. அதன் பிறகுதான் அப்பா பேசினார்.

'மாதர்ச்சோத், ஏண்டா ஆரிஃபை அடிச்ச?' அப்பாவின் கண்களில் அப்படி ஒரு கோபத்தை நான் அதுவரையில் பார்த்ததில்லை, அப்படியான வார்த்தையையும் அவர் சொல்லிக் கேட்டதில்லை.

சென்ற ஆண்டு பெருநாளுக்கு நண்பர்களெல்லாம் கேபடின் துணியெடுத்து கால்சட்டை தைப்பதும் கட்-ஷூ வாங்குவதுமாக இருந்தபோது அப்பாவால் அப்படி எதையும் எனக்கு வாங்கித் தர இயலவில்லை. வாய்த்துடுக்காக அப்போது அப்பாவைப் பேசியிருக்கிறேன். ஒரு வார்த்தை என்னைத் திட்டவில்லை. அமைதியாக வெளியே போனார். பீடி சுற்றுபவர்கள் எல்லாரும் பீடி இலைகளைக் கட்டுக்கட்டாக எடைபோட்டு எடுத்துச் சென்று இரவில் தெருவே காலியாகும் நேரத்தில்தான் திரும்பினார். கதவுப் பலகையை வாசலில் பாதியும் தெருவில் பாதியுமாக வைத்துப் படுத்திருந்தேன். 'டேய் எழுந்திர்ரா, இதானா நீ சொன்ன கேபடின் துணி பாரு' என்றார். அந்த அப்பா இப்படி அம்மாவின்

முன்னாலேயே திட்டுகிறார், அடிக்கிறார் என்பதை என்னால் தாங்க முடியவில்லை.

அடுத்த அறை விழுந்தது.

நடந்தது எதுவாக இருப்பினும் கை நீட்டி அடித்தது தவறு என்று அப்பா திரும்ப திரும்பச் சொல்லிக்கொண்டே இருந்தார்.

அடித்தது தவறென்பதை ஒப்புக்கொண்டேன். ஆரிஃபிடம் மன்னிப்புக் கேட்பதாகவும் சொன்னேன்.

அம்மாவிடம் தண்ணீர் கேட்டு வாங்கிக் குடித்துத் தன்னை ஆசுவாசப்படுத்திக்கொண்டார். அதன்பின் அவரிடமிருந்து நான் அந்தக் கேள்வியை எதிர்பார்க்கவில்லை.

'எப்படி அடிச்ச?'

'ப்'பா இனிமே அடிக்கமாட்டம்'பா?'

'எப்படி அடிச்சன்னு கேக்குறன்ல.'

சென்ற வாரம் குத்துச்சண்டைப் போட்டியைப் பார்க்க தண்டையார்ப் பேட்டை போயிருந்ததையும், போட்டியில் ஒரு வீரர் ஃபவுல் அடி அடித்ததற்கு மொத்தக்கூட்டமும் கத்தி சத்தம்போட்டு ஆரவாரம் செய்து போட்டியை நிறுத்தச் சொன்னதையும், அந்த ஃபவுல் அடியை நகலெடுத்துதான் நான் ஆரிஃபை அடித்தேன் என்பதையும் அப்பாவிடம் மறைத்துவிட்டேன். முழங்கையால் அடித்ததை மட்டும் சொன்னேன்.

'உனக்கு எப்படி அப்படி அடிக்கத் தெரியும்?'

அவன் சட்டையைப் பிடித்தான், சட்டென முழங்கையால் தாடையில் தாக்கினேன் என்று மட்டும் சொன்னேன். அப்பா விடவில்லை. அந்த அடியை ஒருமுறை செய்துகாட்டச் சொன்னார். தயங்கி தயங்கி வலது கையை மடக்கி முழங்கையால் காற்றில் ஆரம் போட்டேன். நானாக அப்படி அடித்திருப்பேன் என்னும் நம்பிக்கை அவருக்கு இல்லை.

அம்மாவை அரவை நிலையத்துக்குப் போகச் சொல்லிவிட்டு, அப்படியே தரையில் உட்கார்ந்தார். சுவரில் சாய்ந்துகொண்டார். விட்டத்தைப் பார்த்தார். வெள்ளையும் கருப்புமாக முள்முள்ளாக கீழ்த்தாடையெங்கும் தாடி. சிறிது நேரத்திற்கு எதுவும் பேசவில்லை. அமைதியாக இருந்துவிட்டு, விட்டத்தை விட்டுப் பார்வையைத் திருப்பாமல் கண்களை மட்டும் மூடிக்கொண்டு பேசினார்.

'பாக்சிங்ல ஹூக் பண்ணும்போது சிலரு இப்டி எல்போவ கனெக்ட் பண்ணிருவானுங்க. அது ஃபவுல். நீ எல்போவை கனெக்ட்

பண்ணியிருக்க. தப்பு. தவடைக்குப் பின்னால கழுத்துலயும் சேர்ந்து பட்டிருந்தா நாக்கவுட் ஆகியிருக்கலாம். தவடைல படாம கொஞ்சம் மேல டெம்ப்புல்ல எல்போ எறங்கியிருந்தா ஆளே அவுட்டாகி யிருக்கலாம். உன்னோட நல்லநேரம் தவடை மட்டும் மாட்டிக்கிச்சு. இல்லேன்னா ஆரிஃபுக்கு என்ன ஆகியிருக்கும்னு தெரியாது. உயிருக்கு ஆபத்துன்னு வரும்போது மட்டும்தான் இப்படி அடிக்கலாம். மத்த நேரத்துல எல்போவால தவடைல அடிக்கவே கூடாது. சட்டையைப் பிடிச்சப்ப அடிச்சியே, அவன் கீழ விழும் போது உன் சட்டை கிழியாம இருந்திருந்தா, அவனோட சேர்ந்து நீயும் விழுந்திருப்பல்ல.

'அடிக்றதுக்கு முன்ன, அடிச்சா என்ன ஆவும்னு யோசிக்கணும்.

'தெருச்சண்டைல சட்டையைப் பிடிச்சா, வுட்ரு'பா வுட்ரு'பான்னு பேச்சுக்குடுத்துக்குனே, புடிச்சிருக்றவன் வெரல் எதுனா ஒண்ணை மட்டும் தனியாப் பிரிச்சு பின்னால வளைச்சு அழுத்தி வலிக்கவெச்சா போதும், தானா சட்டைலேர்ந்து கையை எடுத்துருவான். குயிக்கா செய்ணும். செய்றதே தெரியக்கூடாது.'

மூச்சை நன்றாக இழுத்துவிட்டு, ஆசுவாசப்படுத்திக்கொண்டு தொடர்ந்தார்.

'உனக்கு அட்டாக்கிங் நல்லா வருது, இந்த மாதிரி துள்றது ஒரு ஃபைட்டருக்கு இருக்கலாம், உனக்கு வேணாம். ஃபைட்டு மூளைக்குள்ள ஏறிடுச்சுன்னா அப்புறம் அந்தத் துள்ளல்தான் மனசு பூரா இருக்கும். அதனால ஆகப்போறது ஒண்ணுமில்ல.'

அப்பா தொடர்ந்தார்.

'உன் தாத்தாவுக்கு லுங்கி வியாபாரம். பெரிய மொதலாளி. சிட்டகாங் வரைக்கும் அவருக்கு ஆளுங்க இருந்தாங்க. ரொம்பவும் ஓட்டாட்டம் இருந்துச்சு. சிட்டகாங் ரங்கூனெல்லாம் கொஞ்சம் ஓயும்போது ஆனக்கவுனி சேட்டுங்களப் புடிச்சி தாத்தா பம்பாய்க்கு போயிருக்கணுமாம், எனக்கு அதெல்லாம் தெரியாது, எனக்கு குஸ்திதான் மூச்சு. சால்ட் கொட்டா மைதானத்துலயும், தேனாம் பேட்ட காங்கிரஸ் மைதானத்துலயும் நான் பார்க்காத குஸ்தி இல்ல.

'காஜா, நம்ம ஜமாத்துதான். மஸ்ஜிதுக்கு அந்தப்பக்கம் 'குடாக்கு' கடை வெச்சிருந்தார். பெரிய வுஸ்தாது. என்னை 'ப்பீட்' பண்றதுக்குனே ஒரு பையனைத் தயார் பண்ணாரு. என்னவிட அவன் அரையடி ஹைட்டு. சூளை பட்டாளத்துல ஒரு சின்ன மைதானத்துல வச்சிக்கலாம்னாங்க. சுல்தான் பாய் ஜட்கா வண்டில சூளைக்குப் போனோம். எதுனா பிரச்சனையாகிட்டா என்ன பண்றதுன்னு

சாலியும் ஹக்கும் ஜெய்ஜவான்னு கூட வந்தானுங்க. அந்தப் பையன் பேருகூட கனகரெத்னமோ என்னமோ. எப்படில்லாமோ டக்கர் அடிச்சான் என்னை 'ப்பீட்' பண்ண. முடியல. மாரையும் கழுத்தையும் சேர்த்து கொறங்குப்புடி போட்டு கையை வலிச்சு முறுக்குனேன். தட்டிட்டான் தரைய. அப்படி ஒரு வேகம் வெறி ஆசை எல்லாமும் குஸ்திமேல. ம்ம்ம்... கொறங்குப்புடின்னா கொரங்கு இல்ல குறங்கு, தொடை.

'என் குஸ்தியைப் பார்த்துட்டு சின்னஅண்ணாமலை நம்ம வீட்டுக்கு வந்து ஈரானி பயில்வானோட என்னை குஸ்தி போடச்சொன்னார்னா இன்னிக்கு யாரும் நம்பமாட்டாங்க. தாராசிங்கே என்னோட லாக்குங் களை ஒருகாலத்துல பாராட்டியிருக்காருன்னா இப்ப கேக்றவங்க சிரிப்பாங்க.

'லுங்கி வியாபாரம் பார்க்கவேண்டிய நேரத்துல குஸ்திகுஸ்தின்னு சுத்திச்சுத்தி பாதி சொத்துங்களை அழிச்சேன். மீதியத் தின்னு அழிச்சேன். லுங்கி வியாபாரத்துல உங்க தாத்தா சேர்த்து வச்ச பணம் எனக்கு திமிரைக் குடுத்திருந்துச்சு, நான் பயில்வான் வேற, யாராலயும் வாயைத் திறந்து கேள்வி கேக்க முடியலை. உக்காந்து தின்னா மலையும் கரையும். அதான் ஆச்சு.

'உங்க தாத்தாவுக்குப் பின்ன வியாபாரம் போச்சு. குஸ்திக்கு மதிப்பும் கொஞ்சம் கொஞ்சமா மெட்ராஸ்ல கொறைஞ்சுது.

'எங்கெங்கயோ கையெழுத்துப் போட்டேன். பின்ன எல்லாமும் போச்சு.

'உங்க அம்மாவை விட்டுட்டு கல்கத்தாவுக்கு ஓடிப்போனேன். அங்கியும் பொழைக்க முடியலை. திரும்பவும் வந்தேன். எதுனா செய்யணும், பழைய கெவ்ரதி பார்த்தா நடக்காதுன்னு கெடச்ச வேலையை செஞ்சேன். என்ன செய்யலை? கறிக்கடைங்களுக்கு சைக்கிள்ள லோடு அடிச்சேன், லோடுஸ்கொயர்ல டெம்போவுல பேல் ஏத்துனேன், மண்ணடில சரக்கு கட்டுனேன், ரொம்பவே கஷ்டப் பட்டேன். ஆசாத் பயில்வான் சினிமாவுல சேர்ந்துடச் சொன்னாரு. சேர்ந்திருந்தா பெரிய ஆளா வந்திருப்பனா? ஒடம்புக்கு வியாதி வந்திருக்காதா? ஒடம்பு நல்லா இருந்திருக்குமா? அதெல்லாம் தெரியாது. இனிமே குஸ்தியே வேணாம்னு நினைச்சேன், அதான் சினிமாவுல சேரலை.

'குஸ்தி தப்பு இல்ல, குஸ்தியை மட்டும் தெரிஞ்சு வெச்சிருந்ததுதான் என் தப்பு.

'இனி என்ன செய்ய முடியும். என் காலம் போயிருச்சு. நீ தலையெடுத்து வந்தியானா கொஞ்சம் நல்லாருக்கும். எஸெஸெல்சிக்கு அப்புறம் எங்கியாவது சின்னச்சின்ன வேலை கீலை கெடைச்சா வசதியா இருக்கும். கொஞ்சம் பாடியா வெய்ட்டா இருந்தியானா கான்ஸ்ட பிளாவோ, ஸ்போர்ட்ஸ் கோட்டாவுல எதுனா ஃபேக்டரிலயோ, ரெயில்வேல கலாசி கிலாசி அப்படி இப்படி போக வெக்கலாம்னு நெனச்சேன், வேணாம், இப்ப அப்படி யோசிக்க வேணாம்.

'நீ படி.

யார்ட்டயாவது எப்படியாவது ஏற்பாடு பண்றேன், நியூகாலேஜுல பியூசி சேர்ந்துடு. இந்த ரன்னிங் ரேஸெல்லாம் விட்ரு. யார்மேலயும் கை நீட்டாத. சண்டசச்சரவெல்லாம் உனக்கு வேணாம். படிச்சு பெரிய ஆளாயிர்ரா' எனச் சொல்லி முடித்தார்.

முடித்த பின் என்னை முகத்துக்கு நேராகப் பார்க்கவில்லை.

மெதுவாக எழுந்து முற்றத்திற்குச் சென்றார். வாசலில் நின்று உள்ளே நடப்பதை வேடிக்கை பார்த்துக்கொண்டும் கேட்டுக்கொண்டும் இருந்த குடித்தனக்காரர்கள் அப்பா வருவதைப் பார்த்து அவசரமாகக் கலைந்தார்கள்.

'அவன் சண்டை போர்ர பையன் இல்ல'மா, அடுத்த வருஷம் காலேஜு சேரப்போறான். கௌஸ் வீட்டுக்குதான் போறேன். மன்னிப்புக் கேட்ருவேன். அவனும் ஆரிஃப்ட்ட மன்னிப்புக் கேட்ருவான்', பக்கத்து வீட்டுப் பெண்ணிடம் சொல்லிக்கொண்டே முற்றத்தைக் கடக்கும்போது பம்ப்புக்கு அருகில் கீழே விழுந்தார். எழவில்லை.

அந்தச் சிறிய தெருவும் சந்து வீட்டு ஒண்டுக்குடித்தனங்களும் இத்தனை கூட்டத்தை அவற்றின் வாழ்நாளில் கண்டிருக்க வாய்ப்பில்லை. வண்டிகள் எங்கள் தெருவுக்குள் நுழைய முடியாமல் நெடுஞ்சாலையிலேயே நின்றுவிட்டன. அப்பாவின் நண்பர் ஜூடோ பானு பழைய நண்பர்களுக்குத் தகவல் சொல்லி யிருக்கிறார். வந்திருந்தவர்களில் சிலரை நான் எம்ஜியாரின் பழைய படங்களில் சண்டைக்காட்சிகளில் பார்த்திருக்கிறேனே தவிர அவர்கள் அப்பாவை அறிந்தவர்கள் என்பது எனக்குத் தெரியாது. ஆசாத் பயில்வானுடன் வந்திருந்த இன்னொருவர் கலங்கிய கண்களுடன் 'நீ தன்னே வல்லிய மகன்?' என்று கேட்டு என் தோளைப் பிடித்து அழுத்தியதில் தோள் வலித்தது. எது வேண்டுமென்றாலும் அவரை வந்து பார்க்கச்சொன்னார்.

பிறகு எல்லாமும் இரண்டு மாதங்களுக்குக் கிடப்பில் போடப் பட்டன.

அரவை நிலையத்தை இரண்டு மாதங்கள் பூட்டிவைத்து வாடகை கொடுத்தோம். நான் உயர்நிலைப் பள்ளியை முடித்தேன். எப்படியோ தேர்வில் வெற்றி பெற்றேன். அந்த மதிப்பெண்களையெல்லாம் இன்றைக்குப் பொதுவில் பேசினால், என்னை மதிக்கமாட்டீர்கள். அப்பாவின் ஆசையை நிறைவேற்ற என்னைச் சிலர் புதுக்கல்லூரியில் சேரச் சொன்னார்கள். அம்மா அரவை நிலையத்தைப் பார்த்துக் கொள்ளவேண்டிய கட்டாயத்தில் இருக்கையில், கல்லூரியில் புகுமுக வகுப்பில் சேர்வதென்பது அன்றைய காலகட்டத்தில் எனது சூழ்நிலைக்கு நினைத்துப் பார்க்க இயலாதது.

அம்மாவுக்குத் துணையாக அரவை நிலையத்தில் நின்றேன். நாள்கள் ஓடின. காலையில் மாநகராட்சி உடற்பயிற்சிக்கூடத்திலும் மாலையில் அரவை இயந்திரங்களுடனுமாகப் பொழுதுகள் கழிந்தன.

கடைசியில் அப்பா செய்ய விருப்பப்படாத வேலையில் சேர்ந்தேன். அம்மாவுக்கும் விருப்பமில்லை என்றாலும், ஆண்பிள்ளையின் எல்லை அரவை இயந்திரங்களுக்குள் முடிந்துவிடக்கூடாது என்பதில் தெளிவாக இருந்ததால், அரைமனதுடன் சம்மதித்தார்.

ஜூடோ மாஸ்டரிடம் சென்று நின்றபோது ஏதாவது செய்துகாட்டச் சொன்னார். எண்டர் த டிராகன், பிளாக் பெல்ட் ஜோன்ஸ் படமெல்லாம் உங்களுக்குத் தெரியுமல்லவா? அவற்றில் நடித்திருந்த ஜிம் கெல்லியின் கால் உதையைச் செய்துகாட்டினேன்.

'இவனுக்கு ரோலிங் கிக் ரொம்பநெல்லா வருதுபா. ஒன்னொரு தபா அடி' என்றார். மீண்டும் ஒருமுறை செய்துகாட்டினேன். சரி பார்க்கலாம் எனச் சொல்லி என்னை அனுப்பியவர், நான் காம்பௌண்ட் கதவைத் திறந்து வெளியே செல்லும் நேரத்தில்,

'ஏம்பா ரோலிங் கிக்கு, யூனியன் ஆபீஸ்ல பேசிட்டு, வர்ர திங்கெழம காலங்காத்தால வாகினிக்கு வந்துரு' என்றார்.

தமிழ்த் திரையில் எனக்கான பெயர் சூட்டப்பட்டுவிட்டது. அப்துல் ரகீமாகிய நான் அன்றுமுதல் ரோலிங் கிக் ரகீமாக மாறினேன்.

காலம் ஓடிவிட்டது.

ஸ்டண்ட் நடிகனாக தமிழ் சினிமாவில் சேர்ந்து, சண்டைக் காட்சிகளில் தலையைக் காட்டி, சில முன்னணிக் கதாநாயகர்களுக்கு 'டூப்' போட்டு, கொஞ்சம் கொஞ்சமாக வளர்ந்து, அடுத்த

தலைமுறைக் கதாநாயகர்களுக்கு சண்டைக்காட்சிகள் அமைத்தேன். பாலிவுட்டிற்கும் சென்றேன். அவர்கள் ரஹீம்சாப் ரஹீம்சாப் என்று கொண்டாடினார்கள்.

இந்த ஆண்டின் சிறந்த சண்டைக்காட்சியமைப்பிற்கான ஃபிலிம்ஃபேர் விருதினைப் பெறும்போது, என்னுடைய அப்பா, ஆதம், ஒரு மல்லர் எனக் குறிப்பிட்டேன். அந்த மேடையில் எனது ஓய்வையும் அறிவித்தேன்.

வடஇந்தியத் தொலைக்காட்சி ஒன்றில், அப்பாவும் தாராசிங்கும் ஒருவருக்கொருவர் அறிமுகமானவர்கள் எனச் சொன்னார்கள். தாராசிங் 'மெட்ராஸ்' வந்திருந்தபோது, அவருடன் அப்பாவும் நண்பர்களுமாகச் சேர்ந்து எடுத்துக்கொண்ட கருப்புவெள்ளைப் புகைப்படத்தை ஏதோ ஆல்பத்திலிருந்து தேடியெடுத்துக் காட்டினார்கள்.

'தாராசிங்குடன் இந்தப் புகைப்படத்தில் இருப்பவர், சிறந்த சண்டைக்காட்சி அமைப்பிற்கான ஃபிலிம்ஃபேர் விருது பெற்றிருக்கும் ரோலிங் கிக் ரஹீம் சாப் அவர்களின் தந்தையார் ஆதம் பெஹ்ல்வான்' என்று ஒரு கனத்த ஆண்குரல் பேசியது.

முதன்முறையாக அப்பாவின் பெயரை அப்படிக் கேட்டேன்.

'ஆதம் பயில்வான்..'

ரோலிங் கிக் ரகீமைவிடவும் பெயர் நன்றாக இருப்பதாக எனக்குத் தோன்றியது.

# பிழைப்பு

**சிவகுமார் கே**

நந்தலாலின் நண்பர்கள் ஆஸ்பத்திரி வெளியே நின்றிருந்தனர். அவன் உடலை சென்னையிலேயே அடக்கம் செய்துவிடுவதா? தகனம் செய்வதா? அல்லது ஊருக்கு அனுப்பவேண்டுமா? ஊருக்கு இப்போதே தகவல் சொல்வதா? அல்லது இதற்கெல்லாம் அவசியமே இருக்காதா? எதற்கும் பதில் தெரியாமல் திணறிக் கொண்டிருந்தனர்.

நந்தலால் பெரிய கனவோடெல்லாம் சென்னைக்கு வரவில்லை. அவனை நம்பி ஊரில் இருந்த நான்கு ஜீவன்களுக்கு எத்தனை நாள் முடியுமோ, அத்தனை நாள் பட்டினியில்லாமல் உணவு. முடிந்தால் வேலையில்லாத நாட்களைத் தள்ள சிறுசேமிப்பு.

அவனது பத்து வயதில், அப்பா காணாமல் போக, கோபால்பூரிலிருந்து ஏஜென்ட் பப்பு என்கிற பிரமோத்குமார் மூலம் டெல்லி சதர் பஜாரில் பானிபூரி விற்கப் போனான். உடல்நலக்குறைவு காரணமாகத் திரும்ப வந்தான், பின் மறுபடி பதினான்கு வயதில் போனான்.

ஓட்டலில் வேலை. அதிகாலை எழுந்தால் இரவு பதினோரு மணிவரை வேலையிருக்கும். மதியம் மூன்றுக்கு மேல் ஒரு இரண்டு மணிநேர ஓய்வும்.

பன்னிரெண்டு முதல் நாலரை வரை தூங்கவும் நேரம் கிடைக்கும். வாரம் அரை நாள் விடுமுறை கிடைக்கும்.

ஆனால், உணவு, இருப்பிடம், சீருடை இலவசம். சம்பளம் நாலாயிரம் ரூபாய்தான். எப்படியோ ஐந்து வருடம் ஓட்டிவிட்டான்.

அப்போதுதான், முன்னிராஜ் மொபைலில் அழைத்து சென்னை வேலை பற்றிச் சொன்னான்.

முன்னிராஜும் நந்தலாலும் ஒன்றாகப் படித்தவர்கள். புழுதியும் ஏழ்மையும் படர்ந்த கிராமங்களில் இருந்து உணவு தேடி ஊரூராய் அலைபவர்கள். பானிபூரி விற்க டெல்லிக்கு வந்து, கூடவே ஊருக்கு ஓடி வந்து, மறுபடி டெல்லி கிளம்பும்போது அவன் சென்னைக்குப் போனான்.

அன்றிரவே, நந்தலால் டெல்லி ஓட்டலை விட்டு ஓடி, ஆக்ரா சென்று, அங்கே ஒரு நடைபாதைக் கடையில் வேலைக்குச் சேர்ந்து, ஒரு பத்துநாள் இருந்து விட்டு, அங்கிருந்து வீட்டுக்குப் போய், ஏஜெண்ட் வந்து போய்விட்ட விவரம் தெரிந்து நிம்மதியாகி, அம்மாவிடம் சொல்லிக்கொண்டு, கையில் இருந்த காசில் பாதியை அவர்களிடம் கொடுத்துவிட்டு, ஆயிரத்து ஐநூறு ரூபாய், ஒரு சட்டை, ஒரு பேண்ட், ஒரு பையோடு கிளம்பி விட்டான்.

பாட்னா வந்து தனப்பூர் ரயில் நிலையத்தில் பத்துரூபாய்க்கு பாரா-வுக்கு ஒரு டிக்கட் எடுத்துக் கொண்டு, சங்கமித்ரா எக்ஸ்ப்ரசில் ஜெனரல் கம்பார்ட்மெண்டில் இருந்த கும்பலில் ஐக்கியமானான்.

பாத்ரூம் அருகில், இருக்கைகளின் இடையில், கிடைக்கும் நேரத்தில் பர்த்தில் எனத் தூங்கி... கசங்கி... சென்ட்ரலில் பிதுங்கி இறங்கியதும், அந்த பத்துரூபாய் டிக்கட்டும் எடுத்திருக்கவேண்டாமோ என யோசித்தான். அவன் கம்பார்ட்மெண்டில் டிக்கட் கேட்டு யாரும் வரவில்லை. அங்கிருந்து மொபைலில் பேசி பேசி... ஏதேதோ பஸ் பிடித்து... அம்பத்தூர் தாண்டி ஒரு கன்ஸ்ட்ரக்ஷன் சைட்டில் வந்து விழுந்தான்.

நல்ல வேலைதான். கிட்டத்தட்ட பன்னிரண்டு மணிநேரம், ஒரு நாளைக்கு இருநூற்று ஐம்பது ருபாய். எட்டுக்கு பத்து தகரக் கொட்டகையில் ஆறுபேரில் ஒருவன். ஆளுக்கு ஒரு ட்ரங்க் பெட்டி. பொதுக் குளியல் தொட்டி. இடுங்கிய டாய்லெட். அவர்களே காசு போட்டுச் சமைத்துக்கொண்டு சாப்பாடு. இருபத்தைந்து ரூபாய்க்கும் ஐம்பது ரூபாய்க்கும் பழைய துணிகள். ஞாயிறு முழுநாள்

விடுமுறை... சனிக்கிழமை பாதி நாளுக்குமேல் சம்பளப் பட்டுவாடா...

நன்றாகத்தான் போய்க் கொண்டிருக்கிறது, சில துயரங்களைத்தவிர. குறிப்பாய் சூடு... தகரக் கொட்டகையின் உள்ளே அனல் தகித்தது... எப்போதும் தூசு... ஊரிலும் குடிசைதான், ஆனால் இத்தனை வேக்காடு இல்லை. புழுதி உண்டு. மண், கசடுகள் என பெரிய பாதிப்பில்லை. இங்கே சிமெண்ட், பெயிண்ட், மரத்தூள், பல கெமிக்கல்களின் வாசம். போகப்போக கட்டுமானம் நடக்கும் இடத்தில் காற்றாடப் படுக்க ஆரம்பித்தான்.

அடுத்து, இங்கு பேசும் பாஷை புரியவில்லை. இவர்களுக்கு இவன் பேசுவது போஜ்புரி என்பதும், ஹிந்திக்கும் இதற்கும் நிறைய வேறுபாடு உண்டு என்றும் புரிவதில்லை. அரைகுறை ஹிந்தியில் பேசி அவனைக் குழப்புகிறார்கள். இல்லை தமிழில் பேசு என முறைக்கிறார்கள்.

மிகவும் வருந்தத்தக்க விஷயம். சிலரிடம் தெரியும் விரோதமான, தெனாவட்டான போக்கு. சிலர் அடித்துகூட இருக்கின்றனர். ஆனால் பரவாயில்லை. டெல்லி போல இல்லை. இது மிகக்குறைவுதான். நூற்றுக்கு தொண்ணூற்று ஒன்பது பேர் அவர்களைக் கண்டு கொள்வதில்லை. இவர்கள் தனித்தீவாகத்தான் இருக்கின்றார்கள். சைட் காம்பவுண்டை விட்டு வாரம் ஒருமுறை பொருட்கள் வாங்குவதைத் தவிர எங்கும் போவதில்லை.

குறிப்பாக, ஒரு சம்பவத்தைச் சொல்லவேண்டும்.

நந்தலால் வேலை செய்யும் இடத்தில் ஒயரிங் வேலை நடந்து கொண்டிருந்தது. இவன் பட்டி பார்த்து, முதல் கோட் அடிக்கிற வேலை செய்கிறான்.

ஒருநாள் மாலை. எல்லா ஃப்ளாட்டுகளிலும் சுவிட்ச் பாக்ஸ்கள் முடிந்து, ட்யூப்லைட் ஃபேன் வரக்கூடிய இடங்களில் எக்ஸ்ட்ரா ஒயர்கள் விட்டிருக்க, ஒரு ஆள், அந்த ஒயர்களை பாதிப்பாதியாய் வெட்டிக் கொண்டிருந்தான். துண்டு ஒயர்களை மடித்து மடித்து ஒரு பையில் போட்டுக் கொண்டிருந்தான்.

நந்தலாலுக்கு அவன் செய்வது என்ன என்று புரியவில்லை. சூப்ர்வைசரை அழைத்து அவன் என்ன செய்கிறான் எனக் கேட்டான், அவ்வளவுதான்.

பெரிய பிரச்சினை ஆகி அவனைத் துரத்திவிட்டனர். அவன் நந்தலாலைப் பார்த்து உச்சஸ்தாயியில் அவன் மொழியில் கத்திக் கொண்டே சென்றுவிட்டான்.

●

தேனாம்பேட்டை.

டிஎம்எஸ், ஏ.ஜி ஆஃபீஸ், ரயில்வே காலனி, அண்ணா அறிவாலயம், டிஃபன்ஸ் ஆஃபீஸ் தாண்டி... எஸ்ஐஈடி கல்லூரிக்குத் திரும்பும் பாரதிதாசன் சாலையைத்தாண்டி வந்தால் சாலை ஒய் மாதிரி பிரியும். இரண்டு சாலைகளிலும் அப்போலோ மருத்துவமனை.

அதில் இடதுபக்கம் சென்றால், முதல் தெரு ஜப்பான் தூதரகம், அடுத்து அமெரிக்க விசா ப்ராசசிங் செண்டர், அதைத் தாண்டினால் செனடாஃப் ரோட்டைப் பார்த்தது போல பழைய சோவியத் ரஷ்யாவின் தூதரகப் பாழடைந்த கட்டடம். அதைத் தாண்டினால், கோட்டூர்புரம் போகும் மூப்பனார் பாலம். பாலத்துக்கு அடியில் மூன்றாவது சாலை.

அந்தச் சாலையும் சேமியர்ஸ் சாலையும் அடையார் பார்க் ஓட்டல் முன் ஒன்றாய்ச் சேரும், அதற்கு முன் முக்கோண வடிவில் ஒரு குப்பம். குறைந்தது ஒரு இருநூறு வீடுகள் இருக்கும். பத்துக்கு பதினைந்து இருந்தால் அதிகம். ஒலை, ஓடு, கல்நார் என வேய்ந்த சிறுசிறு குடிசைகள்.

அதில் ஒன்றின் வாசலில் பரந்தாமன் உட்கார்ந்திருந்தான்.

ஒரு வாரமாக வேலையில்லை. ரோசி கத்திக் கொண்டிருக்கிறாள். பிலோமிக்கு ஃபீஸ் கட்டவேண்டும். ரேஷனில் பருப்பு, பாமாயில் வாங்க வேண்டும். ஈபி கட்டவேண்டும். நடுவில் கார்ப்பரேஷன் ஆள் மாமூலுக்கு வந்து சென்றிருக்கிறான்.

பரந்தாமனுக்கு எந்தத் தொழிலும் முழுதாய்த் தெரியாது.. ஆனால் ப்ளம்பர், பெயிண்டர், பெரியாள், தோட்ட வேலை என எல்லாவற்றிற்கும் உதவியாளாய்ப் போவான். எடுபிடி வேலைக்கு மட்டுமே. பத்து வருடம் முன்புவரை தொடர்ந்து வேலையிருக்கும். எதுவும் இல்லையென்றால் ரோட்டின் ஓரம் தோண்டி டெலிபோன் கேபிள் பதிக்கும் வேலையிருக்கும்.

அவன் வயது காரணமா, தொழில் தெரியாததா, குடிப்பழக்கமா, எது என்று தெரியவில்லை, வரவர அவனுக்கு வேலை கிடைப்பது அரிதாகிவந்தது.

கொஞ்சநாள் மீன்பாடி வண்டி ஓட்டினான். அதுவும் இல்லை என்றாகிவிட்டது.

மூத்த மகன் அருள்பிரகாசம் வளர்ந்து, படிப்பு ஏறாமல் ஊர்சுற்ற ஆரம்பிக்க. தான் லோடு அடித்த இடத்திலேயே அவனுக்கு வேலை வாங்கிக் கொடுத்தான்.

கந்தசாமி கோவில் பின்புறம்; எவர்சில்வர் பாத்திரங்களுக்கு பஃபிங் செய்கின்ற வேலை. அங்கிருந்து மாறிமாறி... இப்போது செம்புதாஸ் தெருவில் ஒரு பைப் குடோனில் வேலை.

நேற்றிரவு அருள் வீட்டுக்கு வந்ததும், 'யம்மா சோறு வேணா... நா மொய்ஞா துண்ட்டு வண்டேன்' என்று கத்திவிட்டு வெளியே போய்விட்டான்.

'இந்த கர்மாந்ரத்த பாரேன்... ஏண்டா... நா ரேசனு வாங்க காசில்லன்னு கத்திகினு இருக்கேன்... எம்பது ருபா குட்த்து... வெள்ள துண்ட்டு வந்துருக்கு பாரேன்... அது இருந்தா நாலு நாளைக்கு ஒலவெப்பன்ல...' என்று ரோசி கத்தியது அவன் காதிலேயே விழுந்திருக்காது

பரந்தாமன் சும்மா இருந்திருக்கலாம்.

'உட்றீ... என்னிக்கோ ஒரு நா, வாய்க்கு ருசியா சாப்பிடறான்.. போவ்ட்டும்...'

'உட்டுட்டு... நீ கொண்டாறியா... ரொக்கம்... நாளைக்கு உட்டா ரேசன் கெடைக்காது... பெரிச சப்போட்டுக்கு வந்துட்டே...'

'வந்தா தரமாட்டனா?... நாந்தராமயா இத்தன நாளு உசிரோட இருக்க?'

'அதுக்கு... பத்து வருசம் சோறுதுன்னா? இன்னிக்கு பட்னியா இருக்கனுமா... காசு குடுக்க வக்கில்லன்னா, பொத்திகிட்டு இருக்கனும். நீயும் குடுக்கமாட்ட.... புள்ளையும் குடுக்க உடமாட்டே... அப்ப நானும் உம்பொண்ணும் ஊர்மேல போய்தான் சாப்புடனுமா?'

இருவரும் மாறி மாறி பச்சை பச்சையாய்த் திட்டிக் கொள்ள, ஒரு கட்டத்தில் பரந்தாமன் எழுந்து, அவள் தலைமுடியைக் கொத்தாகப் பற்றி, சப்சப்பென்று கன்னத்தில் அறைந்தான்.

ரோசி அவன் தலைமுடியைக் கெட்டியாகப் பிடித்துக்கொண்டு எட்டி உதைத்தாள். களேபரம் அதிகமாக, வீட்டுமுன் கும்பல் கூடி, நான்கைந்து பேர் உள்ளே வந்து அவர்களைப் பிரித்தனர்.

ரோசியையும் அழுதுகொண்டிருந்த பிலோமியையும் சேச்சி இழுத்துக்கொண்டு அவள் குடிசைக்குள் போனாள்.

இது வாடிக்கைதான். தினமும் ஏதாவது குடிசையில் இப்படி சண்டை நடப்பதும் யாராவது சமாதானம் செய்வதும் தொடர்கதை. ரோசியே இப்படி மாதத்துக்கு நான்குபேரை வீட்டுக்கு அழைத்து வருவாள்.

இரவு பதினொன்றரை ஆகிவிட்டது. அருளைக் காணவில்லை. எப்போது வருவானோ தெரியாது. பரந்தாமன், சமையல் இடத்துக்குப் போய், இருந்த சாதத்தைப் போட்டு, தண்ணீர் விட்டு, பச்சை மிளகாயைக் கீறி உப்பு போட்டு இடதுகையில் பிடித்துக்கொண்டு உட்கார்ந்தான்.

அவன் சாப்பிட்டு முடிப்பதற்கும் ரோசி, அம்மினி, குஷ்பு, கனகா, சேச்சி, அம்முலு, பிலோமி எல்லோரும் கும்பலாக குப்பத்தை விட்டுப் போவதற்கும் சரியாக இருந்தது.

இங்கே பெண்களுக்கு காலைக்கடனெல்லாம் கிடையாது. ஊரடங்கிய பிறகு, இருளில்தான் போகமுடியும், சிலநாள் ரோட்டைத் தாண்டி, சுவர் தாண்டிக் குதித்து, அடையாறு ஓரமாகப் போவார்கள்; சில நாட்கள் மூடிக்கிடக்கும் ரஷ்யன் பில்டிங்குக்கு வெளியே ப்ளாட்ஃபார்மில் போவார்கள்.

இப்போது நகரம் இருபத்து நான்கு மணிநேரமும் விழித்திருப்பதால் அதற்கும் பிரச்சினை. திடீர் திடீரென்று இருசக்கர வாகனங்களும் கார்களும் ஹெட்லைட் பளீரிட தெருவில் திரும்பும். பெண்கள் வாரிச்சுருட்டிக் கொண்டு எழுந்து நிற்பார்கள். இருளடைந்ததும் மறுபடி உட்கார்வார்கள்.

ரஷ்யன் பில்டிங்குக்கு எதிரே இருந்த பில்டிங்கை இடிக்க ஆரம்பித்து விட்டார்கள். அங்கே அடுக்குமாடிக் குடியிருப்பு வரப்போவதாக விளம்பரம் வைத்திருக்கிறார்கள். இவர்கள் வேறு இடம் பார்க்க வேண்டும்.

குப்பத்துக்கு அருகில் அரசு கழிப்பறை கட்டிக் கொடுத்தது. ஆனால் ஆளுக்கு ஐந்துரூபாய் என நான்கு பேர் தினம் உபயோகப்படுத்துவது கடினம். போராட்டம் செய்து இலவசமாக்க முயன்றனர். இலவச மானதும் அதைப் பராமரிக்க ஆளில்லாமல் நாற்றமெடுத்துப் பாழானது தான் மிச்சம்.

பரந்தாமன் எழுந்து அடையாறு பக்கம் போனான். ஆண்களுக்குத் தனி இடமிருக்கிறது.

திரும்பி வந்தபோது, ரோசி, ஃபிலோமி ஓர் ஓரமும், அருள் ஒரு பக்கமுமாகத் தூங்கியிருந்தனர். அருள் ஜீன்ஸ் பேண்ட்டோடு கவிழ்ந்து படுத்திருந்தான். ஒல்லி உடம்பும் குச்சிகுச்சியான கைகால்களும், பார்க்கப் பாவமாயிருந்தது. இந்த பேண்ட் இடுப்புக்கு கீழே இவ்வளவு இறங்கி இருக்கிறது, அவிழ்ந்து விடும் போல, ஆனால் எதையும் கேட்க முடியாது.

காலையில் அருள் வேலைக்குக் கிளம்பும் வரை மொபைலை நோண்டிக்கொண்டிருந்தான், பரந்தாமனும் ரோசியும் கூட மொபைல் வைத்திருக்கின்றனர். ஆனால் இது பெரியது. 'இதப்பார்ரா... ஏய் பிலோமி... தனியா எங்கியும் போய்றாத... வடநாட்லருந்து இங்க ஆள்புடிக்க வந்துருக்காங்களாம்... புட்ச்சி கிட்னி, ஈரல்லாம் எடுத்து வித்துர்றாங்களாம்... சினிமால காட்றாங்கள அத்த மாரி...' எனப் பேசிக்கொண்டிருந்தான்.

'ஏண்டா புள்ளைய பயமுறுத்தற?' என்றதற்கு, 'யப்பா... வாசப்ல வந்துருக்குப்பா?' என்றான்.

இவன் 'இன்னாது?' என்றதும் 'உனுக்கு புரியாது. இது நூஸ்' என்றான்.

பேசிக்கொண்டிருக்கும் போதே அல்ஃபோன்சு வந்து பரந்தாமனை அழைத்தான். இவன்தான் ரோசியை ரோசி அன்னாள் ஆக்கியவன்.. இப்போது அருள்பிரகாசத்தை அருள்தாமஸ் ஆக்க முயற்சித்துக் கொண்டிருக்கிறான். பரந்தாமன் இதில் எல்லாம் அக்கறையில்லாத ஆள்.

மைலாப்பூரில் ஒரு வீட்டில் தரைவலிக்க வேண்டிய வேலை யிருக்கிறதாம். அவனுக்கு வேலை தெரியாது, இவனை மேஸ்திரி என அறிமுகப்படுத்துவதாக ஏற்பாடு. பாந்தாமனுக்கும் கலவைக் கணக்கு தெரியாது. மட்டப்பலகை ஓட்டவும் தெரியாது. சுமாராக ஏதோ செய்வான்.

பாண்டு, மட்டப்பலகை, மம்பட்டி எல்லாம் வாடகைக்கு எடுத்துக் கொண்டுபோய், வம்படியாய் ஆறாயிரம் ரூபாய் 'காண்ட்ராக்ட்' பேசினார்கள்.

'இதனாலதான்டா பெரிய கம்பெனி எல்லாம் நார்த் இன்டியாலருந்து ஆள கூட்டிட்டு வரான். உங்களுக்கு எவ்ளவு குடுத்தாலும் பத்தாது' என்று திட்டிவிட்டுத்தான் அந்த பெரியவர் மெட்டீரியலுக்குக் காசைக் கொடுத்தார்.

'அய்ரே... ஊர்ல குடும்பத்த உட்டுட்டு தனியா இருந்தா கம்மியா கூலி வாங்கலாம். ஆனா சொந்த ஊர்ல இருந்தா, ஊட்டு வாடக, புள்ளிங்க படிப்பு அது இதுன்னு இஸ்த்துக்குது இல்ல. அதுவும் மெட்ராஸ்ல, வெலவாசி கொஞ்சமா இருக்கு? ஏன் ஓசில வந்த கலைஞர் டீவிக்கு மாசம் நூறு ரூபாய் கேபிள்க்கு கட்டேறன்... தோ இவன் டிஷ் வெச்சிகிறான்... நாநூறு ரூபா. செல்ஃபோனு இல்லனா வேலக்கி ஆவாது... அதுக்கு மாசம் நாநூறு ஆகுது... ஊட்டுக்கு மூனு கீது... எவ்ளோ சொல்லு? தமிழ்நாட்லயே சேலத்துகாரங்கள்ளாம் கம்மியா தான் கேப்பாங்க... ரோட்ல தூங்குவாங்க, சமைப்பாங்க... அப்டில்லாம் சொல்லாத ன்னா...?' என்று வம்படித்தபடிதான் வேலை செய்தார்கள்.

மூவாயிரத்து ஐநூறுக்கு மணல், ஜல்லி, சிமெண்ட் வாங்கிக் கொண்டு நாலாயிரத்து ஐநூறுக்கு பில் வாங்கி... ஒன்றும் பாதியுமாய்க் கலவை அடித்து... 'வேலை ஜாஸ்த்தி ஐய்ரே... மேல போட்டுக் குடு' என்று கெஞ்சி இருநூறு கூட வாங்கிக் கொண்டு திரும்பினார்கள். தரை நான்கு மாதம் தாங்கினால் அதிகம்.

மொத்த வருமானம் இரண்டாயிரத்து எழுநூறு. அல்ஃபோன்சு இவனுக்கு எழுநூறு கொடுத்தான். பரவாயில்லை, கூலிக்குப் போனால் நானூறுதான் தேறும்... அவனே கூட்டிப் போய் பாரில் இருவரும் கட்டிங் அடித்ததும், கையில் ஒரு குவார்ட்டரும் வாங்கித் தந்தான். இரண்டு நாளைக்கு வரும்.

இருநூறு ரூபாயை ஒதுக்கிக்கொண்டு, மீதத்தை ரோசியிடம் தந்தான். நாலு நாள் கட்டிங்குக்கு ஆகும். மறுபடி எப்போ வேலை கெடைக்குமோ?

பரந்தாமன் கட்டிங் அடித்த போதையில், பத்தரைக்கு வந்து மீன்குழம்பும் சாதமும் சாப்பிட்டுவிட்டு, வீட்டு வெளியே பெயிண்ட் டப்பாவைக் கவிழ்த்துப்போட்டு உட்காரந்து பீடி வலித்துக் கொண்டிருந்தான். ரோசி வழக்கம் போல ரஷ்யன் பில்டிங்க் ப்ளாட்ஃபார்மிற்குப் போயிருந்தாள்.

பிலோமி பாவடையை அக்குளில் இடுக்கிக்கொண்டு ஓடிவந்தாள்.

'ஏய்.. இன்னாதிது... பீ பேண்ட்டு... சூத்து கழுவாமயே ஓடியாற? அம்மா எங்க?' என்று பரந்தாமன் கேட்க...

'யப்பா... புள்ள புடிக்கறவன்பா... அங்க ஒரே சண்ட...'

பரந்தாமன் பீடியை வீசிவிட்டு ஓடினான்...

ஒரு குட்டியானை நின்றிருக்க, பெண்களும் ஆண்களுமாய்க் கும்பலாய்ச் சூழ்ந்து நிற்க, இரண்டுபேர் நடுவில் நின்றிருந்தனர். 'சோர் இல்லே... கன்ஸ்ட்ரக்ஷன்... கன்ஸ்ட்ரக்ஷன்... பில்டிங்... பில்டிங்...' எனச் சொல்லிக் கொண்டிருந்தனர் தமிழ் தெரியாத வடநாட்டினர். அருளும் கூட்டத்தில் இருந்தான். ஒருவன் குட்டியானைக்குள்ளிருந்து சில கட்டுமானப் பொருட்களை எடுத்துக் காட்டிக்கொண்டிருந்தான்.

பரந்தாமன் உள்ளே புகுந்தான். இரண்டு பேரும் அடி வாங்கியிருப்பது சட்டையில் ஊறியிருந்த ரத்தத்தில் தெரிந்தது. கூட்டம் சமாதானமாகி மன்னிப்புக் கேட்கும் நிலையில் இருந்தது.

பரந்தாமனுக்கு அவர்களை உடனே அடையாளம் தெரிந்தது. உடனே வெறி ஏறியது. 'ங்கோத்தா... ஊருவிட்டு ஊருவந்து எங்க கிட்டையே வாலாட்றிங்களா?'

எட்டி மிதித்தான். அவன் இந்தியில் என்னமோ அலறினான். அருளும் மற்றவர்களும் அவனைத் தடுக்க முயன்றனர்.

நந்தலாலுக்கும் அவனை உடனே தெரிந்துவிட்டது. ஓயர் திருடியவன்.

நந்தலாலுக்கும் அவனது கூட்டத்துக்கும் அம்பத்தூரில் வேலை முடிந்ததும், அதற்கு நேரெதிர்ப் பக்கம், ஏதோ வாயில் நுழையாத பேர் சொன்னார்கள், அந்த ஊரில் வேலைக்கு ஏற்பாடாகியிருந்தது.

வண்டிக்காரன் ஆந்திரா. ஓஎம்ஆர் கேளம்பாக்கம் என்று உச்சரிப்பு சரியாக இருந்தது. ஆனால் வழி கேட்டுத்தான் போகவேண்டும். நந்தலாலின் கூட்டாளிகளுடைய துணிகள் அடங்கிய இருபது பெட்டிகள், பாண்டு, மம்பட்டி, பிக்ஆக்ஸ் போன்ற தளவாடங்களை ஏற்றிக்கொண்டு அவனும், முன்னிராஜுும் வண்டியில் போவது என்றும், வழியில் தேனாம்பேட்டை சைட்டில் ஒரு நீரிறைக்கும் மோட்டாரை இறக்கி வைத்துவிட்டு வேலை செய்யவேண்டிய சைட்டுக்குப் போகவேண்டும் என்றும் ஆணை.

வழி விசாரித்துக்கொண்டு தேனாம்பேட்டை வந்தால் கும்பலாகப் பெண்கள். அவர்கள் மோட்டார் இறக்க வேண்டிய இடம் எதிரிலேயே இருந்தது. ஆனால் தெரியவில்லை. வண்டியை நிறுத்த, மெள்ள வந்து எட்டிப் பார்த்த இரு சிறுமிகளைப் பார்த்து நந்தலால் சிரித்தான்.

சட்டென்று குதித்து 'லட்கி.. சென்டாப் ரோட்..' என்று சைகையால் கேட்டான், அவ்வளவுதான். ஒரு சிறுமி பாவடையை அக்குளில்

இடுக்கிக்கொண்டு ஓட, இன்னொருத்தி 'யம்மா...' என்று அழுதாள். கும்பல் சூழ்ந்துகொண்டது.

கூட்டம் அவர்கள் சொன்னதை ஒத்துக்கொண்டு விலகும் நேரத்தில், அவர்கள் தடுக்க தடுக்க... அவன் எகிறி வந்து... மறுபடி நந்தலாலை அடித்தான். நந்தலாலுக்குக் கோபம் வந்தது. அடித்தவனைப் பிடித்துத் தள்ளினான். வண்டிக்குள் கை விட, ஒரு கட்டை சிக்கியது. அதை எடுத்துக்கொண்டு அவன் மேல் பாய்ந்தான்.

பக்கத்தில் நின்றிருந்த அவன் வயதொத்த வாலிபன், அவன் மேல் பாய்ந்தான்.

'ங்கோத்தா... என் முன்னாலேயே எங்கப்பன அடிப்பியா?' என்று அருள் அவன் காலைத் தட்டி விழவைத்தான். அவனும் பரந்தாமனும் மேலும் இரு ஆண்களும் அவனைத் துவைத்தெடுத்தார்கள். உடனிருந்தவனால் ஒன்றும் செய்ய முடியவில்லை. தடுக்க வந்த அவனையும் அடித்தனர்.

நல்லவேளையாக, ஒரு போலீஸ் ஜீப் வந்து நின்றது. அடித்தவர்கள் அவசர அவசரமாக நிறுத்தி ஒதுங்கினர்.

இன்ஸ்பெக்டர் இறங்கினார். 'என்னய்யா? என்ன தகறாரு இங்க?'

பரந்தாமன் முந்திக்கொண்டு 'புள்ள பிடிக்கறவன் சார். வாசப்ல கூட வந்துருக்கு சார். என் பொண்ணத் தூக்கிகிட்டு போகப் பாத்தான். புட்ச்சிட்டோம்' என்றான்.

'இன்னேரத்துக்கு உம் பொண்ணுக்கு இங்க என்னடா வேல? ஆமா இத்தன பொம்பளைங்க இங்க நிக்கறீங்க... உங்களுக்கு என்ன வேலை?'

கனகா 'இன்னா சார் தெரியாத மாதிரி கேக்கற? நெதைக்கும் லைட் அட்சி பாத்துட்டுத்தான போற...' என்றாள்.

இன்ஸ்பெக்டர் 'படீர்' என்று லத்தியால் அவளை அடித்தார், 'ஏண்டி.... நீ பேள்றத...' சட்டென்று நிறுத்தி, 'உன்ன பாக்கத்தான் ரவுன்ட்ஸ வரனா?... உன்ன அப்பறம் கவனிக்கிறேன்...' என்றார்.

அடிபட்டவர்களிடம் போனார். அவர்கள் பேசியது அவருக்குப் புரியவில்லை.

ஒருவன் மிக ஆபத்தான நிலையில் இருந்தான். உயிர் பிழைப்பது சந்தேகம். உடனே ஆம்புலன்சுக்கு ஃபோன் செய்து அவனை இராயப்பேட்டை மருத்துவமனைக்கு அனுப்பினார்.

குட்டியானைக்குள் எட்டிப் பார்த்தார். 'ஏண்டா, இதெல்லாம் பார்த்தா பிள்ள பிடிக்கற மாதிரியா இருக்கு? நீங்கள்ளாம் வேல தெரிஞ்சவங்க தான... யார்ரா அடிச்சது?'

எல்லோரும் பரந்தாமனைப் பார்க்க, அங்கே நின்றிருந்தவர்களின் பெயர், முகவரி வாங்கிக்கொண்டு அருளையும் பரந்தாமனையும் வண்டியில் ஏற்றி ஸ்டேஷன் கொண்டுபோய் லாக்கப்பில் தள்ளினார்.

தனியாக விட்டதும் அருள் கேட்டான், 'த்த்தா... ஏந்நீ அவன அடிச்ச...'

'த்த்தா... பொலி போட்ருக்கனும்டா... அந்தோனி கூட ஒயரிங் போனன்ல... துண்டு ஒயர் எடுத்துகிட்டிருந்தா, போட்டுக் குடுத்துட்டான். தொரத்திட்டாங்க... அந்தோனிக்கு காண்ட்ராக்ட் போயிருச்சி... இதான் சாக்குன்னு அவனுக்கு பேமெண்ட் பன்ல... அதனால் ரெண்டு மாசமா யாரும் என்ன கூப்டல... அதான்...'

'த்த்தா... நீ திருடிட்டு அவன அடிக்கற, ஐசா கேடிப்பா நீ...?'

'த்த்தா... உடக் கூடாதுடா... கூட்டம் கூட்டமா கூலி கம்மின்னு இட்டாந்துடறாங்க... நமக்கு வேல கெடக்க மாட்டேங்குது... இல்லன்னா உன்னல்லாம் நல்லா படிக்க வெச்சிருப்பேன்... வேலைக்கு உட்ருக்க மாட்டேன்...'

'ஆய்... தோடா... எனுக்குத்தான் படிப்பு வர்லயே? அஞ்சாப்போட நின்ட்டனே?'

'த்த்தா... நல்ல சோறாவது போட்ருப்பேன்.... ஒரு நாலு பேர போட்டா, வர யோசிப்பானுங்கல்ல?'

●

முன்னிராஜூ தேறிவிட்டான். நந்தலாலிடம் இன்ஸ்பெக்டர், போஜ்புரி-தமிழ் தெரிந்த ஆளை வைத்து வாக்குமூலம் வாங்கினார். அதில் பரந்தாமனுக்கு இவன்மேல் முன்விரோதம் இருந்ததால்தான் அடித்தான் என்று தெரிந்தது.

இன்ஸ்பெக்டர் கமிஷனரிடம் போய் அறிக்கை கொடுத்தார்.

கமிஷனர், 'இது ஏற்கனவே பர்ணிங் இஷ்யூ, அப்றம் மீடியாலாம் பொங்கும், டிபேட் நடத்துவாங்க, பிரச்சினை. அதுக்கு மேல வெளிலருந்து வேலை செய்ய வர்ரவங்களுக்கு பயத்த உண்டாக்கும், அது வேற தலைவலி. நீங்க வேற வாக்குமூலம் எழுதி கையெழுத்து வாங்குங்க. பத்திரிகைக்கும் வேற செய்தி கொடுங்க. இந்த மாதிரி...

வாட்சப் மூலமா தவறான தகவல் பரவியதால... யோசிக்காம தவறா இவங்கள அடிச்சிட்டாங்கன்னு... ஒரே கல்லுல ரெண்டு மாங்கா.'

'அப்ப பரந்தாமன... அவன் பையன, என்ன செய்யறது?'

'பையன விட்டுடுங்க. இந்த வாக்குமூலத்த வெச்சி, பரந்தாமன நாலு நெம்பு நெம்பி, 'நா முன்விரோதத்தாலதான் அடிச்சேன்'-னு எழுதி வாங்குங்க. அப்பறம் பாத்துக்கலாம். வேற எதுக்குன்னா உபயோகப் படுவான்.'

இன்ஸ்பெக்டர் சிரித்தார் 'புரியிது சார்...' என்று எழுந்தார்.

அவர் மறுபடி ஆஸ்பத்திரி போனபோது நந்தலால் ஆபத்தான கட்டத்தைத் தாண்டிவிட்டதாகவும், தெய்வாதீனமாக உயிர் பிழைத்ததாகவும் டாக்டர் தகவல் சொன்னார்.

# அம்மாவின் மொழி

**வெங்கட்**

தூக்கம் இன்னும் என் கண்ணில் இருந்தது. அம்மா மதியம் செய்த சாப்பாடு அப்படி. ''போதும்'' என்ற சொல் மட்டும் எங்கோ சிக்கிக்கொண்டு கடைசி வரை வரவில்லை. சாப்பிட்டு விட்டு டிவி பார்த்துக் கொண்டே அப்படியே தூங்கியிருக்கிறேன். குளியலறைக்குச் சென்று முகம் கழுவினேன். எதிரில் இருந்த பெரிய கண்ணாடியில் முகத்தில் இருந்து தண்ணீர் சொட்ட என் உருவத்தைப் பார்த்தேன். இரண்டு மாதத்திற்கு முன்பு இருந்ததை விட இப்போது கொஞ்சம் எடை போட்டிருப்பது போல்தான் இருந்தது. ''சிரிக்கும் போது கன்னத்தில் விழும் குழியைக் கூட இப்போது காணவில்லை'' என்று என்னுடன் வேலை செய்யும் அனிர்பன் கிண்டல் செய்தது ஞாபகம் வந்தது. உண்மை யாகவே எனக்குக் கன்னத்தில் குழி விழுமா என்று தடவிப் பார்த்தேன். அம்மாவிடம் எடை போட்டதைச் சொன்னால் நம்பமாட்டாள். அருகில் இருந்த துண்டால் முகத்தைத் துடைத்துக் கொண்டேன்.

''செந்திலு... செந்திலு...'' என்ற குரலுடன் குளியலறைக் கதவைத் தட்டினாள் அம்மா.

கதவைத் திறக்காமலே ''என்னம்மா?'' எனக் கேட்டேன்.

''சுரேந்தர் தம்பி வந்திருக்கு'' என்றாள்.

''சரிம்மா, இதோ வரேன்'' என்றேன்.

அம்மாவும் அப்பாவும் அமெரிக்காவுக்கு வந்து இரண்டு மாதங்கள் ஆகியிருக்கும். சென்னையில் திருவல்லிக்கேணியில் இருந்த என் வீட்டில் கிட்டத்தட்ட மூன்று வருடம் தனியாகத்தான் இருந்தார்கள். நான் அமெரிக்காவுக்கு எப்போது அழைத்தாலும் ''பார்த்தசாரதி விட மாட்டேங்கிறாண்டா'', என்று ஏதாவது சொல்லி மறுத்தார்கள். எனக்கு இரண்டாவது பிள்ளை பிறக்கும்போது அவர்களும் என்னுடன் இருக்கவேண்டும் என்று கூறி அவர்களை இப்போது வரச்சொன்னேன்.

அப்பாவுக்கு ஏனோ அவ்வளவாக அமெரிக்கா பிடித்தம் இல்லை. அவர் டிவியிலும் திரைப்படத்திலும் பார்த்தது போல அமெரிக்காவில் பிரம்மாண்டமான கட்டடங்கள் இருக்கும் என்று நினைத்து வந்தவருக்கு, என் கிராமத்தில் கண்ணுக்கெட்டிய தூரம் வரை புல்வெளியைப் பார்த்து ஏமாற்றமாக இருந்தது. அதுவும், வாஷிங்டனில் இருக்கும் வெள்ளை மாளிகையைப் பார்த்து அதிர்ச்சியாகி, ''கிராமத்துல, நம்ம முதலியார் வீடு இத விட பெரிசா இருக்கும்டா'' என்றவரை எப்படி சமாதானம் செய்வது என்று தெரியாமல் முழித்தேன்.

ஆனால், அம்மாவுக்கு இந்த ஊர் நிறைய பிடித்துப் போய்விட்டது. அவளுக்குள் குதூகலம் ஒன்று தொற்றிக்கொண்டு சந்தோசமாக இருந்தாள். வந்த நாள் முதல் எல்லாவற்றையும் பார்த்து அதிசயித்துக் கொண்டே இருந்தாள். என் முதல் குழந்தை தேஜுவுடன் விளையாடவும், மாலை நேரங்களில் அப்பாவுடன் தனியாக நடந்து செல்லவும், விதவிதமாக எனக்குச் சமைத்துப்போடவும், இந்தியா வின் வெவ்வேறு மாநிலத்திலிருந்து வந்தவர்களை ஏதேனும் ஒரு சந்திப்பில் பார்த்துப் பேசவும் அவளுக்குப் பிடித்திருந்தது.

அம்மா அருமையாகச் சமையல் செய்பவள். அவளின் சமையல் கைவண்ணம் கொஞ்சம் கொஞ்சமாகப் பரவிவிட, விதவிதமான சமையல் செய்து அசத்தி, இரண்டு மாதங்களில் பல பேரைத் தெரிந்துவைத்திருந்தாள். அவளுக்கு ஆங்கிலம் தெரியாவிட்டாலும் ஒரு சில சொற்களை வைத்துக்கொண்டு மற்றவர்களுடன் உரையாடுவது வேடிக்கையாக இருக்கும். ஆனால், அவளது வெகுளி யான பேச்சும், அம்மாத்தனமான விசாரிப்பும், எல்லோருக்கும் அவளை உடனே பிடித்துவிட்டது.

குளியலறையிலிருந்து வெளியே வந்தேன். அப்பா சுரேந்தருடன் ஏதோ பேசிக்கொண்டிருந்தார். சுரேந்தர் அருகில் இருந்த உடற்பயிற்சிக் கூடத்துக்கு என்னையும் அழைத்துச் செல்ல வந்திருந்தான்.

அம்மா அவனுக்காகத் தட்டு நிறையப் பஜ்ஜியும் சட்டினியும் எடுத்துக்கொண்டு என்னைக் கடந்து சென்றாள். அதன் வாசனை என்னையும் இழுத்துக்கொண்டு சென்றது.

அம்மா அவனிடம் உடைந்த ஆங்கிலத்தில், ''டேக் பஜ்ஜி. குட். ஹாட்'' என்றாள்.

அவன், ''நோ ஆண்ட்டி'' என்று, உடற்பயிற்சிக்காகச் செல்வதாகச் சொல்லி மறுத்துக்கொண்டிருந்தான்.

நான், ''கம் ஆன். டேக் இட்'' என்று சொல்லிக்கொண்டே, ஒரு பஜ்ஜியைப் பாதியாகப் பிய்த்து, அதே அளவு சட்னியை வைத்துச் சாப்பிட்டேன். நிலக்கடலை சட்னி. திவ்யமாக இருந்தது. மீதி இருந்த பாதியை எடுக்கச் சென்றேன்.

சுரேந்தர் என்னைப் பார்த்து முறைத்தான்.

நான் சுதாரித்து, ''அம்மா, நாங்க ஜிம்முக்கு போய்விட்டு வரோம்'' என்றேன்.

''சாப்பிட்டு போங்களேன்'' என்றாள்.

அப்பா தலையில் அடித்துக்கொண்டார்.

நான் சிரித்துக்கொண்டே அம்மாவைப் பிடித்துச் செல்லமாய் உலுக்கினேன்.

அம்மா, ''செந்திலு, மதியானம் வச்ச கோழிக் குழம்பு இருக்கு. நைட்டுக்கு இடியாப்பம் செஞ்சிடவா? ரொம்ப நல்லா இருக்கும்'' என்றாள்.

அம்மா சொல்லும்போதே நாக்கில் எச்சில் ஊறியது. சுரேந்தர் நான் என்ன சொல்லப் போகிறேன் என்று ஆவலாக என்னைப் பார்த்தான்.

சற்று யோசித்த மாதிரி நடித்துவிட்டு, ''சரிம்மா'' என்றேன்.

மாடியிலிருந்து இறங்கி கீழ்த் தளத்திற்கு வந்தோம். எதிரே, கீழ்த் தளத்தில் இருக்கும் அந்த அமெரிக்கப் பெண்மணி வெளிப்புறம் இருக்கும் பாதுகாப்புக் கதவைத் திறந்துகொண்டு உள்ளே வந்தாள். அவளுக்கு எப்படியும் அறுபது வயது இருக்கும் என்று தோன்றியது. அவளுடைய பருத்த உடம்பினால், கையில் இருந்த ஒரு ஊன்று கோலின் உதவியுடன் மெதுவாக நடந்தாள். கழுத்து வரை

வெட்டப்பட்ட மயிர்கள் சரியாகப் பராமரிக்காமல் தேங்காய் நார்கள் போல நீட்டிக்கொண்டிருந்தது. ஆடைகள் களைந்து அவளின் கனத்த மார்புகள் தெரிய, எதையும் பற்றிக் கவலைப்படாமல் என்னைக் கடந்து சென்றாள். என்னைக் கடக்கும்போது என்னைப் பார்த்தது போல் இருந்தது. நான் அவள் கண்ணை நோக்காமல் விரைவாகக் கடந்து செல்ல முற்பட்டேன். வெளியே வந்தவுடன், சுரேந்தர் அவள் குடித்திருப்பதாகச் சொன்னான்.

சுரேந்தர், ''இன்னும் சத்தம் எழுப்புகிறாளா?'' என்று கேட்டான்.

''ஆமாம், இரண்டு நாட்கள் முன்பு கூட'' என்றேன்.

இந்த அமெரிக்க பெண்மணி கீழ்த் தளத்தில் வசிக்கிறாள். இவள் குடியிருப்பின் நேர் மேலே முதல் தளத்தில் எனது குடியிருப்பு இருக்கிறது. நங்கள் கிட்டத்தட்ட இரண்டு வருடங்களாக இங்கு வசிக்கிறோம், எந்தவிதமான பிரச்சினையும் இல்லாமல் போய்க் கொண்டிருந்தது. கடந்த இரண்டு மாதங்களாக அம்மாவும் அப்பாவும் வந்ததிலிருந்து இந்தப் பெண்மணியின் அட்டகாசம் தாங்கமுடியவில்லை. என் வீட்டின் கீழ்த் தளம் மரத்தால் ஆனது. பெரும்பாலும் மற்ற குடியிருப்புக்களிலும் மரத்தால் ஆன தளம் இருந்தாலும் அதன்மேல் மெத்தை போன்ற வேறு ஒரு கம்பளத்தால் மூடப்பட்டிருக்கும். ஆனால், என் குடியிருப்பில் அதுபோன்ற எதுவும் இல்லை. யாரேனும் சற்று அதிர்ந்து நடந்தாலும் கீழ்த் தளத்தில் இருப்போருக்குச் சத்தம் கேட்கும். இது எனக்கு முன்பே தெரிந்திருந்ததால் என் பிள்ளையிடம் வீட்டுக்குள் ஓடக்கூடாது என்று கண்டித்திருந்தேன். ஆனால், அம்மாவுக்கும் அப்பாவுக்கும் இன்னும் பழக்கமாகவில்லை என்பதால் சற்று வேகமாக நடந்துவிடுவார்கள். உடனே, கீழே இருக்கும் அந்தப் பெண்மணி அவள் வீட்டின் மேல்கூரையை பலமாக எதையோ வைத்துப் பலமுறை வேகமாகத் தட்டுவாள். மேல்தளத்தில் இருக்கும் எங்களுக்குச் சத்தம் காதை அடைக்கும். முதன்முறை அம்மாவும் அப்பாவும் குழம்பி பயந்து போய்விட்டார்கள். சில நேரம், என் இரண்டு மாதக் குழந்தை திடுக்கென விழித்து அழும். கோபம் வந்தாலும் இந்த ஊரில் நேரடியாகச் சண்டை போட முடியாததால் பலமுறை இந்தக் குடியிருப்பின் அலுவலகத்தில் சென்று முறையிட்டேன். அந்தப் பெண்மணியும் என்னைப் பற்றி முறையிட்டதால், அவர்கள் எனக்கு சில பல உபதேசங்களும் யோசனைகளும் மட்டும் சொல்லி அனுப்பி விட்டார்கள். இதைப் பற்றி பலரிடம் பேசிப் புலம்பியதால், என் நண்பர்கள் அனைவருக்கும் இந்தப் பிரச்சினை தெரிந்திருந்தது.

உடற்பயிற்சிக்கூடத்திலிருந்து திரும்பி, குளித்துவிட்டு என் பெண்ணுடன் விளையாடிக்கொண்டிருந்தேன். அம்மாவும்,

ரேவதியும் சமையல் அறையில் இருந்தார்கள். அப்பா சாப்பிட்டுக் கொண்டே தொலைக்காட்சியில் செய்திகள் பார்த்துக்கொண்டிருந்தார். வீட்டினுள் வெப்பமாக இருப்பதாகத் தோன்ற, என் அருகில் நின்று கொண்டிருந்த மின் விசிறியைத் தட்டிவிட்டேன். அது மெதுவாக அங்கும் இங்கும் தலையை திருப்பிச் சுழன்றது. தேஜு என் மேல் ஏறி கழுத்தில் உட்கார முற்பட்டாள். அம்மா சமையல்கட்டிலிருந்து வெளியே வந்து, ''செந்திலு, நயன்தாரா வீழ்ச்சிக்கு போகலாமென்று சொன்னியே, எப்ப போறோம்?'' என்றாள்.

நான் குழம்பிவிட்டேன். பின்பு சுதாரித்து, ''அம்மா, அது நயன்தாரா நீர்வீழ்ச்சி இல்ல, நயாகரா நீர்வீழ்ச்சி'' என்று சிரித்துக்கொண்டே சொன்னேன்.

''ஓ! நயாகரா நீர்வீழ்ச்சியா? எப்பிடி இருக்கும்? குற்றாலம் மாதிரி இருக்குமா?'' என்றாள்.

உடனே அப்பா, ''ஆமா குற்றாலம் மாதிரி இருக்கும். நல்லா எண்ணெய் தேச்சி, குளிச்சிட்டு வந்துடலாம்'' என்றார்

உள்ளே ரேவதி சிரித்துக்கொண்டிருந்தாள். நானும் சிரித்துக் கொண்டே பின்பக்கம் சாய்ந்தேன், சட்டெனப் பின்னால் இருந்த மின்விசிறியில் மோத, அது 'தொம்' என்று தரையில் விழுந்தது. நான் உடனே எழுந்து அதனை நிமிர்த்து வைத்தேன்.

அது விழுந்த சத்தத்தில் வீட்டில் சட்டென அமைதி நிலவியது. அம்மா என்னைச் சாப்பிட அழைக்க, நான் எழுந்து சென்றேன்.

அம்மா சொன்னதுபோலவே இடியாப்பம் செய்திருந்தாள். கோழிக் குழம்புக்கு அருமையாக இருந்தது. எந்த நேரத்திலும் எதிர்வீட்டி லிருக்கும் தீணா மோப்பம் பிடித்து வரக்கூடும் என்று நினைத்துக் கொண்டே சாப்பிட்டுக்கொண்டிருந்தேன்.

சிறிது நேரத்தில் யாரோ என் வீட்டுக் கதவை தட்ட, நான் தீணாவாகத்தான் இருக்கும் என்று நினைத்தேன்.

அப்பா எழுந்து கதவைத் திறந்தார். வெளியே, இரு காவலர்கள் நின்றுகொண்டிருந்தார்கள். அப்பா சற்று பதட்டம் அடைந்து, என்னைக் கூப்பிட்டார். நான் கையைக் கழுவி விட்டு அவர்களை நோக்கிச் சென்றேன். என்னைப் பார்த்ததும், ''இந்த நேரத்தில் உங்களைச்சிரமப் படுத்துவதற்கு மன்னிக்கவும்'' என்றார் ஒரு காவலர் ஆங்கிலத்தில். நான், ''பரவாயில்லை, சொல்லுங்கள்'' என்றேன்.

''எங்களுக்கு உங்கள் வீட்டிற்கு கீழே இருக்கும் இருக்கும் பெண்மணி அழைப்பு விடுத்திருந்தார். அவர்களுக்குத் தாங்கள் மிகுந்த இரைச்சலை ஏற்படுத்துவதாக புகார் அளித்துள்ளார்கள்'' என்றார்.

எனக்கு அப்போதுதான் அனைத்தும் புரிந்தது. நான், அவர்களிடம் இதற்கு முன்பு நடந்த சம்பவங்களையும், கீழே சத்தம் வராமல் இருக்க நான் எடுத்த முயற்சிகளையும் கூறினேன். அவர்கள் அனைத்தையும் என்னிடம் கேட்டுவிட்டு, ''உங்கள் நிலைமை எனக்குப் புரிகிறது. ஆனால், எங்களுக்குப் புகார் வந்துள்ளதால் விசாரிக்கவேண்டிய கட்டாயம் எங்களுக்கு'' என்றார்.

''உங்களால், எவ்வளவு முடியுமோ அவ்வளவு முயற்சி செய்து சத்தம் வராமல் பார்த்துக்கொள்ளுங்கள்'' என்றும் மேலும் அவருக்குத் தெரிந்த சில யோசனைகளும் சொல்லிவிட்டுச் சென்றார். நான் அவருக்கு நன்றி சொல்லிக் கதவை மூடிவிட்டு மீண்டும் சாப்பிட அமர்ந்தேன். பதட்டத்தில் என் கை லேசாக அதிர்ந்தது. அப்பாவும் அம்மாவும் மிகவும் வருத்தப்பட்டார்கள்.

அப்பா, ''நாம வேணும்னா ஊருக்குப் போய்டலாமா?'' என்று அம்மாவிடம் கேட்டுக்கொண்டிருந்தார். அம்மா ஒன்றும் சொல்லாமல் நின்றுகொண்டிருந்தாள். நான் மேலும் சாப்பிடத் தோன்றாமல் எழுந்து தூங்கச் சென்றுவிட்டேன்.

மறுநாள் அலுவலகத்தில் இதைப் பற்றியே நினைவு இருந்தது. என் அருகில் அமர்ந்திருக்கும் ஏஞ்சலாவிடம் காவலர்கள் வந்ததைப் பற்றிச் சொன்னேன். அவள் இதெல்லாம் ஒரு பிரச்சினையே இல்லை என்றும், இதுபோலப் பல சம்பவங்கள் நடந்தது பற்றியும் சொன்னாள். கொஞ்சம் ஆறுதலாக இருந்தது. அலுவலகம் முடிந்து வீடு திரும்பினேன். அம்மா சமையலறையில் இருந்தாள். நான் நேராக என் குழந்தை உறங்கும் அறைக்குச் சென்றேன். ரேவதி என் இரண்டு மாதக் குழந்தையுடன் விளையாடிக்கொண்டிருந்தாள். அது கையைத் தூக்கி ரேவதியின் முடியைப் பிடிக்க முயற்சித்துக் கொண்டிருந்தது. அவ்வப்போது அது எழுப்பும் சன்னமான ஒலி மிக அழகாக இருந்தது. ரேவதி என்னைப் பார்த்ததும் ''அப்பா வந்தாச்சு'' என்று கூறி என்னிடம் குழந்தையைக் கொடுத்தாள். நான் சிறிது நேரம் அதனுடன் விளையாடிக்கொண்டிருந்தேன். ரேவதி கடைக்குச் செல்லவேண்டும் என்றும், டயப்பர் காலியாகிவிட்டது பற்றியும் கூறிக்கொண்டிருந்தாள்.

ரேவதி, ''இன்றைக்கு, அத்தை கீழ இருக்கிற அந்த அமெரிக்க பெண்ணிடம் பேசுனாங்க'' என்றாள்.

நான் சற்று பயந்து, ''என்ன?'' என்றேன்.

ரேவதி என்னைப் பார்த்து சிரித்தாள்.

''எங்க அம்மாவா? என்ன பேசினாங்க?'' எனக் கேட்டேன்.

''எனக்கும் முழுசாத் தெரியல, இப்பதான் தேஜு எங்கிட்ட வந்து சொன்னா'' என்றாள்.

நான் எழுந்து சமையல் அறை நோக்கி வேகமாகச் சென்றேன். அடுத்த பிரச்சினை ஒன்று ஆரம்பித்துவிட்டதாக நினைத்துக்கொண்டேன். ரேவதியும் என்னைப் பின்தொடர்ந்தாள்.

அம்மா, சமையல் அறையில் பாத்திரங்களைக் கழுவிக்கொண்டிருந்தாள்.

நான் வருவதைப் பார்த்ததும் ''நீ எப்படா வந்த?'' எனக் கேட்டாள்.

''இப்பதம்மா வந்தேன்'' என்றேன்.

''அம்மா, கீழ இருக்கிற அந்த பொம்பளைகிட்ட பேசுனியா?'' எனக் கேட்டேன்.

அம்மா சிரித்துக்கொண்டே பாத்திரத்தைக் கழுவிக்கொண்டிருந்தாள்.

''அம்மா சொல்லுமா? என்ன பேசின?'' எனக் கேட்டேன்.

அம்மா கழுவிய பாத்திரத்தை அருகில் இருந்த ஒரு கூடையில் போட்டுவிட்டு என் பக்கம் திரும்பினாள்.

''தேஜுவோட நான் வெளியில் இருக்கிற புல்வெளியில் விளையாடிக்கொண்டிருந்தேன். அந்த அம்மா அவள் வீட்டு பால்கனியில் நின்றுகொண்டு ரொம்ப நேரம் நாங்கள் விளையாடு வதையே பார்த்துக்கொண்டிருந்தாள். தேஜு விளையாடிக் கொண்டிருந்த பந்து அவ வீட்டு பால்கனி பக்கம் போச்சு. அத நான் எடுக்கப் போகும்போது, அவளைப் பார்த்து சிரித்தேன். அவள் எதுவுமே பண்ணாமல் அப்படியே நின்னுகிட்டு இருந்தா. அப்புறம் அவளிடம் நாங்க எங்க பையனப் பார்க்க இந்தியாவிலிருந்து இங்க வந்துருக்கோம். ரொம்ப நாள் கழிச்சு ஒண்ணா குடும்பத்தோடு இருக்கிறோம். இன்னும் இரண்டு மாதத்தில் மீண்டும் இந்தியாவுக்கு போயிடுவோம். அதுக்கு அப்புறம் உனக்கு எந்த வித பிரச்சனையும் வராது. எங்களுக்கு உதவி பண்ணு. நன்றின்னு சொல்லி கையெடுத்துக் கும்பிட்டேன்'' என்றாள்.

''அவள் எதாவது சொன்னாளா?'' எனக் கேட்டேன்.

''இல்ல, கொஞ்ச நேரம் என்னையே பார்த்துக்கொண்டிருந்துவிட்டு திரும்பிக்கொண்டாள்'' எனச் சொன்னாள்.

''அவளுக்கு எதுவும் புரிந்திருக்காது'' என்றேன்

''தெரியல. எனக்குத் தெரிந்த இங்கிலீஷிலே கொஞ்சம் பேசினேன்'' என்றாள்.

நல்ல வேலை ஏதும் சத்தம் போடல என்று நினைத்துக்கொண்டேன்.

''அம்மா, வேண்டாம். அவள் இதற்கும் போலீசுக்கு போய் அவளை மிரட்டுறோம்ன்னு ஏதாவது சொல்லிடுவா. இனிமே அந்தப் பொம்பளைகிட்ட எதுவும் பேசாதம்மா'' என்றேன்.

அம்மா என்னைப் பார்த்துச் சிரித்தாள்

மறுநாள் ஞாயிற்றுக்கிழமை. வழக்கம் போல குடும்பத்துடன் இந்திய மளிகைகள், காய்கறிகள் விற்கும் கடைக்குச் சென்றோம். நானும் ரேவதியும் மளிகைகள் வாங்கிக்கொண்டிருந்தோம். சட்டெனத் திரும்பி பார்க்க, எங்கள் அருகில் இருந்த அம்மாவைக் காணவில்லை. கடையின் ஒரு மூலையில் அவள் ஒரு பெரிய கும்பலுடன் பேசிக் கொண்டிருந்தாள். கூட்டத்தில் பல தெரிந்த முகங்கள் இருந்ததால், நான் பயப்படாமல் என் வேலையைப் பார்க்கத்தொடங்கினேன்.

வீட்டிற்குத் திரும்பி, மறுநாள் அலுவலகத்துக்குத் தேவையான வேலைகளைப் பார்த்துவிட்டு, படுக்கைக்குப் போகும் முன் அம்மாவை அவள் இருந்த அறையில் சென்று பார்த்தேன். அவள் ஏதோ ஒரு யோசனையில் இருந்தாள்.

''என்னம்மா யோசனை?'' எனக் கேட்டேன்.

''ஒன்றுமில்லை'' என்றாள்.

''சரிம்மா, தூங்குமா'' என்று கூறிவிட்டு அவள் அறையின் விளக்கை அணைத்துவிட்டு நான் படுக்கச் சென்றேன்.

கண்ணை மூடியபோதுதான் ஞாபகம் வந்தது. கடந்த இரு நாட்களாக எந்தவித சத்தமும் கீழ் வீட்டிலிருந்து வரவில்லை என்பது. சிறிது நேரத்தில் தூங்கிவிட்டேன்.

மறுநாள் திங்கட்கிழமை அலுவலக வேலையில் மூழ்கிவிட்டேன். ரேவதி ஒருமுறை என் கைப்பேசியில் அழைத்திருந்தாள். அவளிடமும் பேசமுடியாமல் போய்விட்டது. மாலை வீடு திரும்பி, என் அறைக்குச் சென்றேன்.

ரேவதி குழந்தைக்கு ஆடை அணிவித்துக்கொண்டிருந்தாள். நான் அருகில் இருந்த சாய்வு நாற்காலியில் அமர்ந்தேன்.

''கால் பண்ணினேன், ஏன் எடுக்கவில்லை'' எனக் கேட்டாள்.

''மீட்டிங்'' என்று சொல்லிக்கொண்டே கையில் இருந்த கைப்பேசியை நோண்டிக்கொண்டிருந்தேன்.

''இன்றைக்கு என்ன நடந்தது தெரியுமா?'' என்றாள்.

என்ன என்பது போல் அவளைப் பார்த்தேன்.

''அத்தை, காலையில் கீழே இருக்கும் அமெரிக்க பெண்மணிக்கு சாப்பாடு கொண்டு கொடுத்தாள்'' என்றாள்.

நான் பயந்து போய், ''என்ன?'' என்றேன்.

அவள் சிரித்தாள்.

''அய்யய்யோ. அப்புறம் என்ன ஆச்சு?'' என்றேன்.

''ஒண்ணும் ஆகலை. அவள் வாங்கிக்கொண்டாளாம்'' என்றாள்.

''அம்மா'' என்று கத்திக்கொண்டே சமையலறைக்குச் சென்றேன்.

அம்மா, காப்பி போட்டுக்கொண்டிருந்தாள். என்னைப் பார்த்ததும், ''கொஞ்சம் நேரம் பொறு, காப்பி ரெடியாகிடும்'' என்றாள்.

''அம்மா, காலையில் கீழ் இருக்கும் அந்தப் பெண்மணிக்கு சாப்பாடு கொடுத்தியா? ஏன்?'' எனக் கேட்டேன்.

''இல்லடா, நம்ம சுந்தரோட மனைவியைக் கடையில நேத்தி பார்த்தேன். அந்த பொண்ணுதான் சொன்னுச்சு, உங்க சமையலைக் கொஞ்சம் கொடுத்து அசத்துங்கன்னு. அதான் கொடுத்தேன்'' என்றாள்.

''அம்மா, இது கொஞ்சம் ஜாஸ்திமா. அவளைப் பத்தி உனக்கு ஒண்ணும் தெரியல'' என்றேன்.

அம்மா அமைதியாகப் பேசாமல் காபி போட்டுக்கொண்டிருந்தாள்.

''என்ன கொடுத்த?'' எனக் கேட்டேன்.

''அது, இரண்டு சப்பாத்தியும் கொஞ்சம் சிக்கன் கிரேவியும் செஞ்சி கொடுத்தேன்'' என்றாள்.

''சிக்கன் கிரேவி?'' என்றேன்.

''ஆமா, உனக்குக் கொஞ்சம் எடுத்து வச்சிருக்கேன்'' என்று செல்லமாக என் கன்னத்தைத் தட்டினாள்.

''அம்மா'' என்று கையைத் தட்டிவிட்டேன்.

''விடுடா, ஏதோ கொடுக்கணும்னு தோணுச்சு'' என்றாள்.

''அம்மா, நம்ம சாப்பாடெல்லாம் அவங்களுக்கு ஒத்துவராது. நீ சிக்கன் கிரேவி காரமா செய்வ. அது அவங்களுக்கு வேற எதாவது பிரச்சினை கொடுத்துடும்'' என்றேன்.

''ஓ! அப்பிடியா?'' எனக் கேட்டாள் வெகுளியாக.

நான் என்ன செய்வது என்று தெரியாமல் வெளியே வந்தேன். அவள் வீட்டுக் கதவைத் தட்டி அவளிடம் அந்தச் சாப்பாடு சற்றுக் காரமாக இருக்கும் என்று சொல்லிவிடலாம் என்று நினைத்தேன். ஆனால், அவளைச் சந்திக்கப் பிடிக்காமல் விட்டுவிட்டேன்.

இரவு சாப்பிட்டுவிட்டு அனைவரும் உறங்கிவிட்டனர். நான் என் அலுவலக வேலை முடித்துவிட்டுப் படுத்தேன். சற்று நேரத்தில், என் குழந்தை அழுவது போல் இருக்க விழித்துக்கொண்டேன். நடு இரவு. எழுந்து என் குழந்தை உறங்கும் கட்டிலை எட்டிப் பார்த்தேன். அது தூங்கிக்கொண்டிருந்தது. நான் மீண்டும் என் இடத்திற்குச் சென்று உறங்கச் செல்லும்போதுதான் கவனித்தேன். வெளியே சிகப்பு, நீல வண்ணங்களில் எறிந்த ஒளி என் ஜன்னலில் பிரதிபலித்தது. நான் ஜன்னல் வழியே எட்டிப் பார்த்தேன். ஒரு ஆம்புலன்ஸ் வண்டி ஒன்று நின்றிருக்க, ஒருவர் என் குடியிருப்பின் கீழ்த்தளத்திலிருந்து ஆம்புலன்ஸில் ஏறினார். எனக்குப் பயத்தில் சற்று வியர்த்துவிட்டது. நான் நினைத்ததுபோல் அம்மா கொடுத்த சாப்பாட்டைச் சாப்பிட்டதால் அந்தப் பெண்மணிக்கு ஏதோ ஆகிவிட்டது என்று நினைத்துக்கொண்டு, அவசரமாக என் சட்டையைப் போட்டுக் கொண்டு கீழ்த் தளத்தை நோக்கி ஓடினேன்.

கீழே இறங்கும்போதே கவனித்தேன். இரு காவலர்கள் அந்தப் பெண்மணி இருந்த வீட்டிலிருந்து வெளியே வந்தார்கள். அவருக்குப் பின்னால் மருத்துவர் போல இருந்த மற்றொருவரும் வந்தார். இரு காவலர்களும் என்னைப் பார்த்துவிட்டு சினேகமாகப் புன்னகை செலுத்திவிட்டு வெளியே சென்றனர். நான் என்ன செய்வதென்று தெரியாமல் தடுமாறி நின்றுகொண்டிருந்தேன். என் குடியிருப்பின் அலுவலகத்தில் வேலை செய்யும் ஆண்டனி அந்தப் பெண்மணி இருந்த வீட்டிலிருந்து வெளியே வந்தான். நான், உடனே அவனை நோக்கி ஓடினேன். என்னைப் பார்த்ததும், ''நீ எழுந்துவிட்டாயா?'' என்றான்

''ஆமாம், இந்த வெளிச்சம் என்னை எழுப்பிவிட்டது'' என்று வெளியே இருந்த ஆம்புலன்ஸைக் காட்டினேன்.

''ஆம், அது பெரிய இரைச்சலின் ஒளி வடிவம்'' என்றான்.

நான், ''என்ன நடந்தது?'' என்றேன்.

''பாவம், இந்த வீட்டிலிருந்த பெண்மணிக்கு சட்டென இதயத்தில் வலி ஏற்பட்டிருக்கிறது. அவசர உதவிக்கு அழைப்பு விடுத்திருக் கிறாள். அவர்கள் வரும்போது கீழே விழுந்து கிடந்திருக்கிறாள். பரிசோதித்துப் பார்த்ததில் பத்து நிமிடத்திற்கு முன்பாகவே அவள்

இறந்துவிட்டாள் என்று தெரிந்தது'' என்றான். நான் நொறுங்கிப் போய்விட்டேன். சிலை போல நின்ற என்னை முதுகில் தட்டினான் ஆன்டனி.

''கவலைப் படாதே. நாம் என்ன செய்ய முடியும்?'' என்றான்.

பத்து நிமிடத்திற்கு முன்பாக வந்திருந்தால் காப்பாற்றியிருக்கலாம் என்று தோன்றியது.

அவன், ''வீட்டில் வேறு யாரும் அவளுக்கு இல்லாததால், நான்தான் சில காரியங்கள் செய்யவேண்டும். இது என் பொறுப்பு'' என்று கூறிக்கொண்டே அவள் வீட்டிற்குச் சென்றான்.

நான், ''உனக்கு எதாவது உதவி வேண்டுமா'' என்றேன்.

''தேவையில்லை என்று நினைக்கிறேன், நன்றி'' என்று கூறிவிட்டுச் சென்றான்.

என் எண்ணமெல்லாம் என்ன நடந்திருக்கும் என்பதைச் சுற்றியே இருந்தது. படிகளில் ஏறிக்கொண்டிருந்தபோது ஆன்டனி என்னை அழைத்தான். நான் மீண்டும் கீழே இறங்கிச் சென்றேன். அவன் என்னை அவள் வீட்டிற்குள் வருமாறு அழைத்தான். நான் தயக்கத்துடன் உள்ளே சென்றேன். ஏதோ ஒரு வாடை மூக்கை அடைத்தது. வீட்டினுள் பொருட்கள் கலைந்து கிடந்தன. நிறையப் புத்தகங்கள் படிப்பாள் போலும், வீடெங்கும் இரைந்து கிடந்தன. ஒரு பெரிய சோபா ஒன்று அழுக்கு கலரில் இருந்தது. அதில்தான் ஆன்டனி அமர்ந்து அவன் மடிக்கணினியில் ஏதோ பாதுகாப்புச் சம்பந்தமான படிவத்தைப் பூர்த்தி செய்துகொண்டிருந்தான். அது சட்டென சரியாய் வேலையைச் செய்யாததால் என்னைப் பார்க்கச் சொன்னான். அவனுக்கு இதுபோல் வேறு ஒரு சந்தர்ப்பத்தில் அவன் மடிக்கணினியைச் சரிசெய்து கொடுத்துத்தான் எனக்கு அறிமுகமானதால் என்னை உதவுமாறு கேட்டான். என்னால் யூகிக்க முடிந்த ஒரு பிரச்சினையாக இருந்ததால் உடனே அதனைச் சரிசெய்து கொடுத்தேன்.

''பிரமாதம். மிக்க நன்றி. நீ மிகவும் திறமைசாலி'' என்று சொன்னான்.

ஏனோ அவன் புகழ்ச்சியை ஏற்கக்கூடிய மனநிலையில் இல்லை.

அப்போதுதான் கவனித்தேன். அவள் வீட்டின் சுவர் முழுவதும் நிறையப் புகைப்படங்கள் இருந்தன. நான் மெதுவாகச் சற்று உள்ளே சென்று பார்த்தேன். அதில் அந்தப் பெண்மணி இரண்டு குழந்தைகளுடன் சிரித்துக்கொண்டிருந்தாள். அதே குழந்தைகளுடன்

வெவ்வேறு தருணத்தில் எடுத்த புகைப்படங்கள் நிறைய இருந்தன. அவளுடைய பேரன்களாக இருக்கலாம் என்று தோன்றியது. மேசை மீதிருந்த மின்விளக்கின் அருகில் 'என் அன்பு மகன்' என்று ஆங்கிலத்தில் எழுதியிருந்த புகைப்படத்தில் ஒரு இளைஞன் சிரித்துக்கொண்டிருந்தான். அதனருகில் அவள் இளவயதில் எடுத்த புகைப்படம் ஒன்று இருந்தது. மிகவும் அழகாக இருந்தாள். 'என் குடும்பம்' என்று எழுதியிருந்த மற்றொரு புகைப்படத்தில் அவளுடன் அவள் மகனும் மருமகளும் பேரன்களும் இருந்தனர்.

நான், ''ஆன்டனி, புகைப்படத்தில் நிறைய பேர் இருக்கிறார்கள். வீட்டில் அவளுடன் வேறு யாரும் இல்லையா?'' என்றேன்.

''அவளின் மகன் இறந்த போனபிறகு யாரும் அவளைப் பார்க்க வந்ததாக நினைவில்லை'' என்றான்.

''அவர்களைத் தொடர்பு கொள்ளமுடியாதா?'' என்றேன்

''அவள் வேறு யாருக்கும் தெரியப்படுத்த அனுமதியளிக்கவில்லை'' என்றான்.

என்னால் ஒன்றும் சொல்ல முடியவில்லை. நான் இங்கு வந்த இரண்டு வருடமும் இவள் தனிமையில் இருந்ததாகத்தான் ஞாபகம். ஒருநாள் கூட இவளிடம் பேசவோ, இவளைப் பற்றித் தெரிந்து கொள்ளவோ முயற்சி செய்ததில்லை. இந்தத் தனிமைதான் இவளைக் கொஞ்சம் கொஞ்சமாகக் கொன்றிருக்கும் என்று தோன்றியது. அப்போதுதான் அந்த மேசையைக் கவனித்தேன். அதில் அம்மா கொடுத்த சாப்பாடு யாரும் சாப்பிடாமல் அப்படியே இருந்தது. சற்று நேரம் அதையே பார்த்துக்கொண்டிருந்தேன். சட்டென ஏதோ புரிந்தது. அம்மா பார்த்த சில நாட்களிலேயே இவளை அடையாளம் கண்டுகொண்டாள். அவர்கள் இருவரும் ஏதோ ஒரு புள்ளியில் இணைந்திருக்கிறார்கள். அம்மா இங்கு வந்ததனால் மீண்டிருக்கிறாள். அம்மா இவளிடம் ஆங்கிலத்தில் பேசியது புரியாமல் இருந்திருக்கலாம், ஆனால் இவளுக்கு அம்மா என்ன கேட்கிறாள் என்பது புரிந்திருக்கும் என்று தோன்றியது.

ஆன்டனியிடம் சொல்லிவிட்டு வீட்டிற்குச் சென்றேன். அம்மா உறங்கிக்கொண்டிருந்த அறையைத் திறந்து பார்த்தேன். அம்மா ஆழ்ந்த உறக்கத்தில் இருந்தாள்.

# 2098

சிவகுமார் கே

'தாத்தா இந்தமுறை வருவது மிகவும் ஆபத்தான காரியத்திற்கு. சொல்ல முடியாது, இதனால் என் வேலையே போகலாம். அவரைப் பார்த்து எத்தனை நாளாகிறது?' யோசித்தபடி டையை ஒருமுறை சரிபார்த்துக்கொண்டேன்.

காலை ஒன்பது மணிக்கு இந்தியன் அக்ரிகல்சுரல் செக்டார் ஐஏசி32-லிருந்து ட்யூப் ட்ரெய்ன் கிளம்பியதும் என் மொபைல் சிப் அறிவித்து விட்டது. நான் எலக்ட்ரானிக் கார் மூலம் ஸ்டேஷன் நெருங்குவதற்கும், ஒன்பதே முக்காலுக்கு இந்தியன் சிடிசெக்டார் ஐசிசி05-க்கு ட்யூப் வந்து சேர்வதற்கும் சரியாக இருந்தது.

விஷன் தேவையா என சிப் கேட்க, தாத்தாவைப் பார்க்கும் ஆவலில் ஓக்கே எனச் சொல்ல, அவன் ஆப்பிள் கூலரின் திரையில் ட்யூப் வந்து நிற்பதும், அதிலிருந்து தாத்தா இறங்கி கன்வேயர் ப்ளாட்ஃபார்மில் நிற்பதும் தெரிந்தது.

லேட்டஸ்ட் வெர்ஷன், போன் கண்டக்டிவிடி டெக்னாலஜியோடு... டெலிஸ்க்ரீன் இணைந்தது. சாதாரண நிலையில் குளிர்க் கண்ணாடி, இரவில் ப்ளைன் க்ளாஸ்.

நிறைய சலுகைகள் இருந்தாலும், விவசாயிகள் நடமாட்டம் தீவிரக் கண்காணிப்பில் இருந்ததால்,

செக்டாரை விட்டு நகர ஐந்தாண்டுக்குப் பிறகு இன்றுதான் அவருக்கு அனுமதி கிடைத்திருக்கிறது. மேலும், தண்ணீரும் ஆக்சிஜனும் ஒதுக்கீடு செய்வது கடினம் என்பதால் பயணக் கட்டுப்பாடுகள் அதிகரித்திருக்கும் காலம்.

தாத்தா மிகவும் மெலிந்திருந்தார். இன்றோடு அவருக்கு 115 வயதாகிறது. அப்பா 80ல் போய்ச் சேர்ந்துவிட்டார். தாத்தா அதிகபட்சம் இன்னும் இரண்டு வருடங்களே தாங்குவார். தகவல் வந்துவிட்டது. ஒன்றும் செய்ய முடியாது.

தாத்தா வெளியேறி அவர் மொபைல் சிப்பை உயிர்ப்பிக்க, என் நெற்றிப் பொட்டை இருபுறமும் தொட்டுக் கொண்டிருந்த ஒலி அமைப்பு, மூளைக்குள் அவர் குரலைச் செலுத்தியது, ‘யப்பா அருணு... வந்துட்டியா ராசா... எங்கருக்கப்பா?’

எனக்கும் வார்த்தை சற்று சிக்கியது... ‘இதோ... இங்க... வலது பக்கம் தாத்தா’ திரும்பிப் பார்த்து கையசைத்து, நெருங்கி வந்து... இறுக அணைத்துக்கொண்டார்.

சற்று நேரம் அவர் அணைப்பில் இருந்துவிட்டு, ‘தாத்தா போலாமா... ரொம்ப நேரம் நின்னா, பார்க்கிங் ஃபைன் வந்துடும்’ என்றேன்.

என் இருநபர் எலக்ட்ரானிக் காரில் அமர்ந்ததும், மெல்ல கிளம்பி செக்டார் ஐசிசி02-க்கான பாதையில் திருப்பினேன்.

‘எங்கப்பா திருமழிசைதான... கயல் கையால சாப்டு ரொம்ப நாளாகுது... ஆதித் வளந்துட்டு இருப்பான்ல... நல்லா படிக்கறானா?’

‘இல்ல தாத்தா, மொதல்ல ஆஃபீசுக்கு. அப்பறம் வீட்டுக்குப் போறோம். பழைய பேர்லாம் நியாபகம் வெச்சிருக்கீங்களா? அது இப்போ ஐசிசி05. நார்த் இண்டியா போயிட்டா எஸ்ஈசி சவுத் ஈஸ்ட்டர்ன் கோஸ்ட்னு சேத்து சொல்வாங்க.’

‘என்ன செக்டாரோ போ... பொள்ளாச்சி என்ன அருமையான பேரு... இப்ப என்னடான்னா, ஐசி..மைருசீ..ன்னு என்னா பேரோ...’ கார், ‘ப்ப்பீய்ங்’ என்றது.

‘தாத்தா பாத்து... அப்பறம் ஃபைன் விழுந்துடும்.’

தாத்தா கலவரமானார். உடனே ‘இதுவும் நல்லாத்தான் இருக்கு. ஜாதி, மதம், பேதம்... ஊரு, மொழின்னு ஒட்டுதல் இல்லாம... எல்லாம் ஒரே மாதிரி இருக்கறது... ஆஃபிசுக்கு ஏன்?’

‘ஒரு சின்ன வேல... தொழில் விஷயம்... உங்ககிட்ட சொல்றதுக்கில்ல...’

'அவனவன் ஊட்ட உட்டே நவுர்றதில்ல... நீதான் ஆஃபீஸ் போகணும். ஊர சுத்தனும்கற...'

'தாத்தா நான் போலிஸ்... என் வேல வெளிலதான்...'

அத்துடன் அவர் அமைதியானார்.

நான் என் அறையில் அவரை உட்கார வைத்துவிட்டுச் சென்று ஐந்து நிமிடத்தில், மரியாதை நிமித்தம் தாத்தாவைப் பார்க்க விரும்பிய ஆஷிக் - என் உயர் அதிகாரியுடன் வந்தேன். என்னைவிட இருபது வயது இளைய உயரதிகாரி!

சம்பிரதாய வார்த்தைகளுக்குப் பிறகு, நானும் ஆஷிக்கும் ஸ்டெரைல் ஜோனுக்குள் போனோம். இங்கு எந்த எலக்ட்ரானிக் கருவியும் வேலை செய்யாது.

'இவருக்குத்தானா?'

'ஆமாம் சார்... பாவம்...'

'நீ கேட்டிருக்கற விஷயம் ரொம்ப ஆபத்தானது அருண்... வெளிய தெரிஞ்சா வேலையே போயிடும். சொல்ல முடியாது, டிசிப்ளினரி ஆக்ஷனா என் வேலையும் போகலாம்.'

'இல்லை சார்... உங்கள் இன்வால்வ்மெண்ட் தெரிய வராது... எழுவது வருஷம் பழக்கம் சார்... கட்டுப்பாடுகளால நிறுத்த வேண்டியதா போயிருச்சி... ரெண்டு வருஷம்தான்னு சொல்லிட்டாங்க... இப்பகூட நா செய்யலன்னா... நா இந்த பதவில இருந்து என்ன பிரயோஜனம் சார்?'

'நோ சென்டிமென்ட்ஸ் அருண்... சரி வெள்ளிக் கிழமை லீவ் எடுத்துக்க. சனி, ஞாயிறு லீவ்தான். செரியா இருக்கும்னு நெனைக்கிறேன். மொபைல் சிப்பை என்ன பண்ணப்போற?'

'வைரஸ்தான் சார்...'

'என்ன வைரஸ்....'

'சமீபத்துல 'ஃப்ளூரோ'ன்னு ஒரு வைரஸ் சார்... மல்டிபிள் லொகேஷன்ல காட்டும், இன்னும் ஆண்டி வைரஸ் கண்டுபிடிக்கல. ஆனா இந்த வைரஸக் கண்டுபிடிச்சவங்கள பிடிச்சிட்டோம். சோர்ஸ் கோடோட என்கிட்ட இருக்கு. அத வெச்சி இன்ஃபெக்ட் பண்ணிடறேன்.'

'மெடிக்கல் கண்டிஷன் எப்படி?'

'என் மொபைல்க்கு காபி வரும் சார்... நா மானிட்டர் பண்ணிக்குவன்.'

‘ரொம்ப ஜாக்கிரதை அருண். அரசு இந்த விஷயத்துல ரொம்ப கவனமா இருக்கு, சர்வதேச விவகாரம். அப்றம், பேமெண்ட் அவங்க சொல்ற க்ரிப்டோ கரன்சி... டென் லேக்ஸ் ஐஎன்ஆர்க்கு.’

‘ப்ப்பா என் ஆறுமாச சம்பளம்.... சரி சார் நா பாத்துக்கறேன்.’

‘பீ கேர்ஃபுல்...’

மறுபடி தாத்தாவிடம் வர, ஆஷிக் விடைபெறும் நோக்கத்தில் ‘அப்ப வர்ரேன் ஐயா...’ என, ‘நல்லபடியா இருங்கப்பா... உங்க சொந்த ஊரு எது?’

அவர் என்னைப் பார்த்துவிட்டு, ‘என்ஈ என்ஏசி40’ என்றார்.

‘அப்டின்னா? அது சரி... ஏதோ விவசாய கிராமம்... என்ன பயிரிடறீங்க?’

‘அப்பாதான் பாத்துக்கறார்... அது எனக்குத் தெரியாது... சிஏ 14.02-வும் எஸ்எல்20-யும் பண்றாருனுனு நெனைக்கிறேன்...’

‘அடடே... பரவாயில்லையே... நல்ல வெல கெடைக்கும், எங்களுக்கு சிஏ3.08தான் தராங்க, உழைப்புக்கேத்த ஊதியமில்ல... நானும் வேற தாங்கன்னு கேக்கறேன்... அலாட் ஆகமாட்டேங்குது...’

‘அதுக்கும் நல்ல டிமாண்ட் இருக்குல்ல?’

‘இருக்கு... எங்கள மாதிரி அந்தக் கால ஆட்கள், ஏழைபாழைங்க சாப்பிடறது... அவ்வளவு நெறைய வித்தாலும்... வெலை இல்ல...’ என்று அங்கலாய்த்தார், பின் ‘அவர் நம்பர் தரீங்களா?’ என்றார்.

பேச்சு ஆபத்தான திசை நோக்கிப் போவதைக் கண்டு ஆஷிக், ‘சாரி... நா அவசரமா போகணும் ஐயா.. முடிஞ்சா ஊருக்குப் போகறதுக்கு முன்னால வீட்டுக்கு வந்துட்டு போங்க... அருண் பாத்துக்கங்க...’ போய்விட்டார்.

காரில் திரும்பும்போது.... ‘ஏந்தாத்தா... அவருகிட்ட போயி இதெல்லாம் பேசற... நம்பர் கேக்கற? அப்பறம் எனக்குப் பிரச்சினையாயிடும்...’

‘இதுல என்னப்பா இருக்கு... விவசாயிக்கு விவசாயி பேசிக்கலாம்ல... ரெண்டு பேரும் மக்கா சோளம்தான் பயிரிடறோம்... ஆனா அங்க தர வெதய எனக்குத் தரமாட்டேங்கறான் இந்த பான்மாண்டோ... அதே நெலம், அதே ஒழப்பு.... ஆனா எனக்கு வருமானம் கட்டுப்படியா கலல்ல... அரசு செய்யறது தப்புதானே.... ஒரு போகம் இந்த வெதையும் அடுத்த போகம் அந்த வெதையும் வாங்கித் தந்தா, நாங்களும் காசு பாப்பமில்லை...’

கார் இரு முறை 'பீப்..' 'பீப்...' என ஒலித்தது.. நான் பயந்தேன். இன்னும் இருமுறை வந்தால் ஃபைன் விழுந்து விடும்.

'தாத்தா... அரசாங்கம் எது செஞ்சாலும் ஒரு லாஜிக் இருக்கும்... வெதைகள்லாம்.... அந்தந்த ஊரோட மண்ணு, காத்து எல்லாம் அனலைஸ் பண்ணித்தான் தராங்க... இதுல எந்தப் பாகுபாடும் இல்ல... நீங்க சும்மா வரிங்களா?' என்றேன்.

அத்துடன் அவர் அமைதியானார்.

வீட்டுக்கு வந்து கொள்ளுப்பேரனைப் பார்த்ததும் சற்று சந்தோஷமானார். கயலிடம் கொஞ்சம் பேசினார். உடன் ஏர்பெட்டில் படுத்துத் தூங்கிப்போனார்.

நான் என் அலுவல்களில் மூழ்க, ஆதித் அவனது கேம் ஜோனுக்குள் நுழைந்தான். ஸ்டார்வார்ஸ் இம்மர்ஷன் வெர்ஷன். நானெல்லாம் நுழைவதேயில்லை. அவன் நான்கு லெவல்களைத் தாண்டி ஐந்தாவதில் இருக்கிறான். இதுவே என் வருமானத்திற்கு அதிகம்.

மதிய உணவு அமைதியாகச் சென்றது.

சிக்கன் வறுவலுடன் ஸ்பைசி பாயில்ட் சிக்கன் ஃப்ளேவர்ட் கார்ன்... கூடவே கார்ன் சிப்ஸ்...

'அந்தக் காலத்துல நானெல்லாம் நாட்டுக்கோழி வறுவலும் சீரகசம்பா பிரியாணியும் சாப்பிடுவேன் பாரு, என்னா ருசியா இருக்கும் தெரியுமா? இப்பவும் வருதே லெபாரட்டரி சிக்கன், இதெல்லாம் ஒரு கறியா? காலம் ரொம்ப மாறிடிச்சிப்பா...'

ஆதித் கேட்டான். 'வாட் ஈஸ் நாட்டுக் கோழி டாட்... அன் வாட் ஈஸ் சீரகசம்பா...'

'அது ஒன்னுமில்லப்பா. அதெல்லாம் போன செஞ்சுரி ஈட்டரிஸ். நீ சாப்டா வாமிட் பண்ணிடுவே.'

'யக்க்க். மாம்... ஐ டோன்ட் வாண்ட ஃபுட்...' என்று எழப் போக,

'சாப்பிடும்போது என்ன பேச்சு... பேசாம சாப்பிடுங்க' என என் மனைவி அதட்டினாள்.

சாப்பிட்டதும் மறுபடி தாத்தா தூங்கப் போக, நான் கவலைப் பட்டேன். துருதுருவென்று இருப்பவர் இப்படித் தூங்குகிறாரே?

ஆறு மாதங்களாக, மெடிக்கல் ரிப்போர்ட்களும் இப்படித்தான் சோர்ந்து சோர்ந்து படுப்பதாக வருகிறது. நான் வருத்தப்படுவதைத் தவிர ஒன்றும் செய்வதற்கில்லை.

அவர் வருத்தப்பட்டது மாதிரி தெரியவில்லை. ஆனால் ஒரே ஒரு கோரிக்கை வைத்தார்.

அதற்காகத்தான் வந்திருக்கிறார். எந்தளவுக்கு என்னால் நிறைவேற்ற முடியும் எனத் தெரியவில்லை. நாளைதான் தெரியும்.

அவருக்கு திங்கள் வரைதான் இங்கே இருக்க அனுமதி. அதற்குள் முடிக்க வேண்டும், இந்த முறை முடிக்காவிட்டால் அவ்வளவுதான். அடுத்த அனுமதிக்குள் இறந்து விடுவார்.

நான்கு மணிக்கு 'எம்ஆர் ஆஃப் ஏபி ரெடி. லைட் டு வியூ?' என என் மொபைல் சிப்பு வினவ, 'எஸ்' என்றேன்.... ஏபி... ஆவுடையாப் பிள்ளையின் சுருக்கம். உடன் ஓஎக்பிக்கு செய்தி போக, எதிர் சுவரில் படம் விரிந்தது. படித்ததும் குழப்பமாக இருந்தது. இது எப்படி?

நான் உள்ளே போய் அவரை எழுப்பினேன். 'ஏநதாத்தா, நீங்க சிக்கன் சாப்பிடக் கூடாதா? சொல்லியிருந்தா நான் ஃப்ளேவர்ட் ச்சங்க் செய்ய சொல்லியிருப்பேன்ல...' என்றேன்.

'அதனாலத்தான் சொல்லல. அந்தச் சக்கைக்கு இந்தச் சக்கை ஓரளவு சாப்பிடற மாதிரியாவது இருக்கும்னு.'

'இப்போ பாட், எல்லாமே எக்சஸ் லெவல் காட்டுது. இதுக்கு நீங்க 4 கிலோமீட்டர் நடக்கணும். இந்த வயசுல தேவையா?'

'சரிப்பா... சாயந்திரம் கோவிலுக்குக் கூட்டிகிட்டு போ. நாலு சுத்து சுத்தினா செரியாயிடுது' என்றார்.

'என்னமோ தாத்தா? சரி, இப்பவே சாயந்திரம்தான், ரெடியாவுங்க...' வெளியே வந்தேன்.

அவர் குளியல் அறைக்குள் நுழைய, மறுபடி எம்ஆர் ஏபி அலர்ட் வர, மறுபடி ஷாக். யூரினலில் இருந்த எம்பெட்டட் சிப். யூரினில் சர்க்கரை அளவு அதிகமாக இருப்பதாகக் காட்டியது.

அவர் வெளியே வந்ததும் கேட்டேன், 'நீங்க ஷுகர்க்கு நானோபாட் வெச்சிக்கலையா?'

'தம்பி... கொலஸ்ட்ராலுக்கும் ஷுகர்க்கும் நானோபாட் இம்ப்ளாண்ட் ஆரம்பிச்சி இருபது வருஷமாகுது. அது வேலைய அது செய்து. ஆனா சமயத்துல அது கண்ட்ரோல் பண்ணமுடியாத அளவுக்கு ஏறிடுது. வயசாச்சில்ல.... அந்தக் காலத்துல டாக்டர்கிட்ட போனா கலர்கலரா மாத்திரை கொடுப்பாரு... சின்னதா ஊசி குத்துவாரு... இப்ப கம்ப்யூட்டர் டாக்டர், அவரு பெரியபெரிய

ஊசியக் குத்தறாரு... கேட்டா நானே ரோபாட்டுங்கறாரு... என்னமோ போ...'

'வயசில்ல... வாய கட்டுப்படுத்தல... நீங்க சொல்லல... நா ஒரு லூசு... லோகுகர்கார்ன் யூஸ் பண்ண சொல்லியிருக்கனும், மறந்துட்டேன்.'

குடும்பமாகக் கிளம்பி லோக்கல் ட்யூப் ஏறிக் கோவிலுக்குச் சென்றோம். தாத்தா வருவது தெரிந்ததுமே ரிசர்வ் செய்துவிட்டேன். அருகருகே இருந்த கபாலீசுவரரையும் பார்த்தசாரதிப் பெருமாளையும் கும்பிட்டானதும், பின்பக்க வாசல் வழியாக இறங்கியதும் ஐநூறு அடியில் பீச் தெரிந்தது. இறங்கி பீச்சுக்குப் போனோம். ஒரு நூறு அடிக்கு புல்வெளி அமைத்து உட்கார பென்ச்சுகள் இருக்க, அருகிலேயே கடல் தெரிந்தது.

தாத்தா ஆதித்திடம் சொல்லிக் கொண்டிருந்தார்.

'நா சின்னப்ப, கட்சி கூட்டத்துக்காக லாரில வருவேன். அப்ப மவுண்ட் ரோட்லருந்து நடந்தே அண்ணா சமாதிக்கு, எம்ஜிஆர் சமாதிக்கு எல்லாம் வருவோம்... கூட வர்ர பெருசுங்க எம்ஜிஆர் சமாதில அவர் வாட்ச் சத்தம் கேக்குதான்னு காதுவெச்சிக் கேப்பாங்க, இப்ப எதுவுமில்ல... எல்லாம் முழுகிடுச்சி... இந்த பீச் எவ்வளவு நீளமிருக்கும் தெரியுமா?'

'போரிங் ஓல்ட்மேன்... நீங்க சொல்றது எதுவுமே புரியல...' என்று சொல்லிவிட்டு அவன் ஓடினான். தாத்தா திரும்பி, 'ஏண்டா பேராண்டி, ஒரு அம்பது வருசமிருக்குமா அதெல்லாம் முழுகி? எளவு கணக்குத் தெரியமாட்டேங்குது...' என்றார்,

'தெரில தாத்தா... செக் பண்ணி சொல்றேன்... நான் பாத்து பீச் இங்கதான் இருக்கு...' என்றேன்.

'ஆமா... தெரிஞ்சி என்னாகப் போகுது...' என்று மறுபடி கடலை நோக்கினார்.

மறுநாள்.

செக்டார் ஐசிசி04.ஏ-க்கு நானும் தாத்தாவும் போய்ச் சேர்ந்தபோது காலை ஏழுமணி.

'ஏம்பா அருணு... இது ஆவடி டேங்க் ஃபேக்டரி இருந்த எடமில்ல...?' எங்கள் வண்டி நின்றதும் தாத்தா கேட்டார்.

'ஆமா தாத்தா... இத இப்ப இன்ட்ஜென் வாங்கிட்டாங்க...' என்றேன்

பிரம்மாண்டமான அறுபது அடுக்குக் கட்டடம், இருநூறு மீட்டருக்கு இருநூறு மீட்டர் சதுரத்தில் இருந்தது. வெளியே பெரிய பெயர்ப்

பலகை. இன்ட்ஜென் இன்க். நான் பார்க்கிங்கில் வண்டியை நிறுத்திவிட்டு தாத்தாவுடன் எஸ்கலேட்டரில் ஏறி கன்வேயர் ப்ளாட்ஃபார்மில் நகர்ந்து கட்டடத்தின் பின்பக்கம் வர...

மிக பிரம்மாண்டமான 80 அடி உயர கான்க்ரீட் ஷெட் போன்ற கட்டடம். அதே போன்ற இருநூறு மீட்டர் அகலத்தில் அதுபாட்டுக்குப் போய்கொண்டே இருந்தது. எப்படியும் அறுநூறு மீட்டர் நீளம் வரும்.

என் அடையாள அட்டையைக் காட்டி நான் பார்க்கவேண்டியவரின் பெயரைச் சொன்னதும் ரிசப்ஷனிஸ்ட் ஆடிப் போனான். காரணம் என் போன்றவர்கள் அவரைத் தேடி வருவது அரிது. பெரும்பாலும் நின்று கேட்க அவசியமின்றி, நேரே உள்ளே போகும் மிகமிக அதிகாரம் படைத்தவர்களே அவரை அறிவார்கள்.

நான் தேடி வந்தது ஐஎம்எஃப் கட்டுப்பாட்டுக்குள் வராத இந்தியாவின் பாரம்பரியம் மிக்க ஒரே ஜெனட்டிக் நிறுவனமான இன்ட்ஜென்-ன் சிஈஓ... டாக்டர் தம்பி.

டாக்டர் தம்பியின் அறைக்குள்ளே நான் நுழைந்தபோது, அவர் சிசிடீவி கேமராவில் என் தாத்தாவைப் பார்த்துக்கொண்டிருந்தார். எந்த டெக்னாலஜியாலும் நெருங்க முடியாத பாதுகாப்பான நெட்வர்க். திரும்பி என்னை உட்கார சைகை செய்தார்.

நீண்ட அமைதிக்குப் பிறகு, ‘ஆஷிக் அறிமுகம் நீங்க ஸ்பெஷல்னு காட்டுது. உங்க தாத்தாவோட வயதும், எங்க சம்மதத்துக்கு முக்கிய காரணம். அத்தோட அவர் விவசாயிங்கறதால த்தர்ட்டி பர்சன்ட் டிஸ்கவுண்ட்டட் ப்ரைஸ். விஷயம் வெளிய கசிய கூடாது, உலக அளவில இந்தியாவுக்குப் பிரச்சினை வரும். வீ ஆர் ட்ரெட்டிங் இன் டேன்ஜர் ஜோன். தெரியும்ல...’

‘தெரியும் சார்... நா யார்கிட்டையும்...’

‘சொல்ல மாட்டீங்க தெரியும்...’

‘தாத்தா சின்ன வயசுல பெரிய போராட்டங்கள்ளலாம் கலந்து கிட்டவர். இன்ஃப்ளுயன்ஸ் இருந்ததால சீரம் பெஞ்ச்லருந்து தப்பிச்சவரு. வாயத் தொறக்க மாட்டார்.’

தம்பி, ‘அவரை நாங்க பாத்துக்கறோம்... அவரு வெளிய வர மூணு நாள் ஆகும்...’ என்றார்

‘ட்ரீட்மெண்ட் ஒரு நாள்தான்... ஆனா அவர் உடம்பை ஸ்டெரைல் பண்ண ரெண்டு நாளாகும்... இல்லன்னா மெடிக்கல் ரிப்போர்ட் காட்டிக் குடுத்துடும்.’

திங்கள் காலைல 10 மணிக்கு ட்யூப் ரிசர்வ் ஆயிருக்கு... அதுக்குள்ள...'

'நோ ப்ராப்ளம்...'

'நா ஃபெசிலிட்டிய பாக்கலாமா?'

சற்று யோசித்தவர், 'ஓய் நாட்?... அப்பறம் தாத்தாவோட மொபைல் சிப்?'

'இன்ஃபெக்டட் அல்ரெடி... மூணு நாளைக்கு மல்டிபிள் லொகேஷன் காட்டும்' என்றேன்.

அவர் இண்டர்காமில் தட்ட, தாத்தா உட்கார்ந்திருந்த சேர் நகர ஆரம்பித்தது. சில நிமிடங்களில் அந்த அறைக்குள் வந்தது.

தம்பி எழுந்து நின்றார். 'வணக்கம் ஐயா... உங்களுக்கு சேவை செய்வதில் பெருமை கொள்கிறோம்' என்றார்.

தாத்தாவுக்கு சட்டென்று கண்ணீர் வந்தது. 'ஐயா... நாந்தான் உங்களுக்கு நன்றி சொல்லணும். எவ்வளவு பெரிய உதவி செய்யப் போறீங்க...' எழ முயன்றார். சேரின் பெல்ட் தடுத்தது.

'பரவாயில்லை அப்படியே உக்காருங்க. உங்களால நடக்க முடியும்னு தெரியும்... ஆனா இங்க அது வேணாம்.... ட்ரீட்மெண்ட்டுக்குப் பிறகு வேண்டிய எக்சர்சைஸ் தருவோம்.. அதுவரைக்கும் ரிலாக்சா இருங்க...' என்றார்.

எங்கள் டூர் ஆரம்பித்தது.

நாங்கள் அந்தக் கட்டடத்தின் ஆராய்ச்சிக் கூடத்துக்குள் வர, பல கேபின்களில் சீருடை அணிந்த வேலையாட்கள் தங்கள் வேலையில் மூழ்கியிருந்தனர். வேலையாட்கள் என்றால் அனைவரும் குறைந்த பட்சம் டாக்டரேட் பெற்றவர்கள். ஜெனடிக் எஞ்சினிரிங், நானோடெக், அக்ரிடெக்கில். உள்ளே உள்ளே போய், திரும்பித் திரும்பி... ஒரு ஆளரவமற்ற நீண்ட காரிடார் வந்து சட்டென்று ஒரு வளைவில் திரும்பி அங்கிருந்த லிஃப்ட்டில் நுழைந்தோம்.

லிஃப்ட் திறந்து வெளியேறியதும் அதிர்ந்தோம்.

உள்ளே நிறைய அடர்ந்த தோட்டங்கள். கூண்டுக்குள் மிருகங்கள்.

தம்பி சொல்லிக்கொண்டே வந்தார்.

இந்தியாவின் பழைய அரசியல்வாதிகள், வெளிநாட்டு நிறுவனங் களோடு செய்துகொண்ட பல்வேறு ஒப்பந்தங்கள் காரணமாக

இந்தியா முழுவதும் விவசாயிகள், வெறும் மக்காச்சோளம் மட்டுமே விளைவிக்க வேண்டிய கட்டாயத்துக்குத் தள்ளப்பட்டார்கள். கூடவே சோயாபீன்ஸ். வேறு பயிர்கள் இல்லை. சில இடங்களில் மட்டும் பருத்தி. சோளத்திலேயே பல வெரைட்டிகள். வெறும் மக்காசோளம், ஸ்வீட் கார்ன், ஸ்பைசி கார்ன், சிக்கன் ஃப்ளேவர்ட் கார்ன், மட்டன் ஃப்ளேவர்ட் கார்ன், லோ க்ளூகோஸ் கார்ன், பொடேடோ கார்ன், மஞ்சூரியன் கார்ன் என ஒரு வெரைட்டி கூட இருக்கிறது. இந்தியா என்றில்லை, உலக நாடுகள் முழுவதும் இதுதான் நிலை. பயிர் என்றால் சோளம், எண்ணெய் என்றால் சோயா. பான்மாண்டோ நிறுவனம்தான் இதன் விதைகளை விற்பது. பழங்கள், காய்கள் கூடக் கிடையாது. அனைத்துச் சுவைகளும் இந்த ஜெனடிகல்லி மாடிஃபைட் மக்கா சோளத்திலேயே கிடைக்கும். வேகவைக்க வேண்டியது, சாப்பிட வேண்டியது; அவ்வளவுதான்.

இறைச்சி வேண்டும் என்றால், ஏஎஃப்சி என்கிற நிறுவனம் அதன் லேபாரட்டரியில் உற்பத்தி செய்யும் இறைச்சியையே சாப்பிட வேண்டும். பால், சோயா மில்க்தான். அனைத்து மக்களின் உணவும் ஒரு நான்கு நிறுவனங்களின் கட்டுப்பாட்டுக்குள் வந்துவிட்டது. அதிகபட்சம் நான்கு பொருட்களுக்குள் அடங்கிவிட்டது.

இன்ட்ஜென் மட்டும், இந்த நிறுவனங்களின் கட்டுப்பாட்டுக்குள் வராதவாறு உலக வர்த்தக மையத்திடமும் பல்வேறு பன்னாட்டு கோர்ட் கேஸ்கள் மூலமும் விலக்குப் பெற்றுவிட்டது. இன்ட்ஜென் ஆராய்ச்சி செய்யலாம், இந்நிறுவனங்கள் தலையிடாது, ஆனால் தயாரிப்புகளை இந்த நிறுவனங்களுக்கு மட்டுமே விற்கலாம்.

இந்நிறுவனத்தின் முயற்சியால்தான் இந்தியச் சுவைகள் கொண்ட யோகர்ட் கார்ன், கபாப் கார்ன், தயிர் தரக்கூடிய சோயா போன்றவை விளைவிக்க முடிந்தது. மேலும் பல சுவைகளில் சோயா ச்சங்க்-கள், சிப்ஸ்கள். இது வியாபாரத்துக்கு உதவியதால் இந்நிறுவனங்கள் இதை விட்டு வைத்திருக்கின்றன.

இந்தப் போர்வையில் இன்ட்ஜென் இந்தியப் பாரம்பரிய விவசாயத்தில் ஈடுபடுகிறது. அதற்குத் தணிக்கை உண்டு. அதில் மிக சாமர்த்தியமாக ஒரு பகுதியை இந்த பேஸ்மெண்டில் ரீசைக்கிள் செய்கிறது. இந்த இடத்தை இன்ட்ஜென் வாங்கும்போதே இந்த பேஸ்மெண்ட் இருப்பது உயர்மட்டத்துக்கு மட்டுமே தெரியும். கிட்டத்தட்ட மூன்று மீட்டர் தடிமனான கான்க்ரீட் தரைக்குக் கீழே, இருபதடி க்ளியரன்ஸ் உள்ள பேஸ்மெண்ட்… நிலம் முழுவதற்கும்.

போர்க்காலங்களில் அத்தியாவசியப் பண்டங்கள், டைம் கேப்ஸ்யூல்கள் பாதுகாக்க இந்திய அரசு அமைத்தது. ஐம்பது

ஆண்டுகளுக்கு முன் இயற்கைச் சீற்றத்தால் பாதி சென்னை அழிய, அரசு அதன் டேங்க் ஃபேக்டரி, ஆர்டினன்ஸ் பேக்டரி அனைத்தையும் டிஃபன்ஸ் கேரிடாருக்கு மாற்ற, இது இவர்கள் வசம் வந்திருக்கிறது.

இந்த பேஸ்மெண்டில் பாரம்பரியப் பயிர்களின் ஒரு சில வெரைட்டிகள் பாதுகாக்கப்படுகின்றன. விதைகள் சேமிக்கப் படுகின்றன. காலம் மாறினால் தேவைப்படலாம்.

தாத்தா உணர்ச்சிவசத்தில் இருந்தார். பல ஆண்டுகளாகக் கண்ணில் படாத செடிகொடிகள்... பனை, தென்னை, அரசு, ஆல மரங்கள்... ஆளுயரம்தான்... போன்சாய்கள்தான். ஆனாலும்? நெற் பயிர்கள், மூலிகைச் செடிகள்... அடுக்கடுக்காய் ஒன்றன் மேல் ஒன்றாய்... சிமுலேட் செய்யப்பட்ட சூரிய ஒளியில் மின்னின.

டாக்டர். தம்பி 'இனி நீங்கள் விடை பெறலாம்...' என்றதும் நான் மெல்ல திரும்பி நடக்க, தாத்தா, 'தம்பியும் இருக்கட்டுமே' என்றார்.

'வேண்டாம், அவர் இருப்பது நல்லதல்ல.' தம்பி சொல்ல, ஒரு சிப்பந்தி என்னை மறிப்பது போல் வந்து நின்றார்.

தம்பி அருகில் வந்தார். 'உங்கள் மேல் நம்பிக்கை இருக்கிறது. ஆனால் நீங்கள் இங்கு வந்ததை உங்கள் சிப் காட்டிக் கொடுத்துவிடும். இங்கே இருந்த இரண்டு மணிநேரத்திற்கு உங்கள் டிபார்ட்மெண்ட்டுக்கும் அரசுக்கும் விவரம் தந்தே ஆகவேண்டும். அதனால் உங்கள் மெமரியில் ஒரு திருத்தம் செய்து அனுப்புவார்கள். இது பலரின் நன்மைக்காக... ப்ளீஸ்..' என்றார்.

நான் சிப்பந்தியைத் தொடர்ந்து நடக்க, .அவர்கள் உரையாடல் மெல்ல காதில் விழுந்தது. 'நீங்க சொல்லுங்கய்யா... நாங்கள் உங்களுக்கு என்ன செய்யனும்?'

'பெரிசா ஒன்னுமில்ல டாக்டர். கிட்டத்தட்ட ஐம்பது வருஷ ஆசை. காலைல மல்லிகைப்பூ மாதிரி ஒரு நாலு இட்லி. கொஞ்சம் நல்லெண்ணெய், காரப் பொடி, நல்ல மொறுமொறுன்னு உளுந்த வடை. கெட்டி சட்டினி, சாம்பார். மதியம் நாட்டுக் கோழிக் கொழம்பு. நல்ல பொன்னி அரிசி சாப்பாடு. கெட்டித்தயிர். ராவுக்கு ஒரு ரவா உப்புமா... இல்ல பொங்கல், சட்டினி. இது போதும்' என்றார்

'பெரிய மெனு சொல்லிட்டு அவ்வளவுதாங்கறிங்க...' தம்பியும் தாத்தாவும் சிரித்தனர்.

'அப்பறம் இந்த பஞ்சகவ்யம் தெரியுமா? அதப்பத்தி சொல்றீங்களா...?' தம்பி கேட்டுக்கொண்டிருந்தார்.

# கலக்கி

பிரபுராஜ் வாசுதேவன்

ஒரு முட்டையை உடைத்துக் கிண்ணத்தில் ஊற்றிச் சிறிது உப்பும் அரைக் கரண்டி சால்னாவும் சேர்த்துக் கலந்து, சூடான கல்லில் லேசாக எண்ணெய் தடவி, பரவலாக ஊற்றி சரியாக ஐந்தரை விநாடி கழித்து நாலாபுறமும் உருட்டி, கொஞ்சம் மிளகுத்தூள் தூவி அதை உள்ளங்கையளவு இலையில் வைத்து, தோசைக் கரண்டியால் கல்லில் தட்டி ''லைனுக்கு ஒரு கலக்கி'' என்று கூவினான் மாஸ்டர் கோபால்.

அந்தச் சத்தம் கேட்டதும் குமார் பரபரத்தான். தன் தட்டில் வைக்கப்பட்டதும் அதை அப்படியே விழுங்க வேண்டும் போலிருந்தது. சூடாக இருந்ததால் வாயில் ஊதி ஊதி சீக்கிரம் ஆற்றினான். மேலே தோல் போன்ற பகுதியைப் பிய்த்ததும் உள்ளிருந்து அரை திடமாய் இலையில் வழிய, பிட்டதை அதில் தோய்த்து ருசித்தான். முழுதுமாகச் சுவைத்து முடிக்கும்போது அந்த இலை பளபளத்தது.

திருவல்லிக்கேணி காயிதே மில்லத் சாலையை ஒட்டிய பகுதியில் ஏராளமான மேன்ஷன்கள் உண்டு. தமிழ்நாட்டின் பிற பகுதிகளிலிருந்து ரயில் மூலம் சென்னை வரும் பலர் இந்தப் பகுதியிலுள்ள விடுதியில் தங்குவது வழக்கம். சென்ட்ரல் ரயில் நிலையத்திற்கு அருகில் உள்ளது என்பதைவிட மெரினா அருகில் என்பது முக்கியக் காரணம். குமார் சென்னை வந்து ஐந்து வருடங்கள் ஆகின்றன.

வந்ததுமுதலே பெரிய மசூதி அருகிலுள்ள பிரின்ஸ் மேன்ஷனில் தங்கிவருகிறான்.

மென்பொறியாளராக குமார் பணியாற்றும் ஒரு சிறிய தனியார் நிறுவனம் தரமணியில் உள்ளது. தினம் விடுதியிலிருந்து சேப்பாக்கம் வரை நடந்து சென்று எம்.ஆர்.டி.எஸ் ரயில் பிடித்து திருவான்மியூரில் இறங்கி சாலையைக் கடந்து டைடெல் பார்க்கில் உள்ள தன் அலுவலகம் செல்வான். மொத்தமாக ஒரு மணி நேரம் ஆகும் என்றாலும் அவன் தங்கும் இடத்தை மாற்ற முற்பட்டதே இல்லை. காரணம் விடுதியைச் சுற்றி உள்ள உணவகங்கள். தள்ளுவண்டியில் கிடைக்கும் சூப், நண்டுக் கறி, பீப் சில்லி, சிக்கன் பக்கோடா போன்ற மாலை நேரத் தின்பண்டங்கள், பிளாட்பார்ம் அருகில் பிளாஸ்டிக் சாக்கில் கூரை வேய்ந்த கையேந்தி பவன், எட்டுப்பேர் அமர்ந்து சாப்பிடக்கூடிய டிபன் சென்டர்கள், குளிரூட்டப்பட்ட உணவகங்கள் என்று பலவகை.

சென்னை வந்த ஒரு வருடத்திலேயே திருவல்லிக்கேணி தரமணி மற்றும் அதன் சுற்றியுள்ள பகுதிகளில் உள்ள எல்லாக் கடைகளிலும் அவன் உண்டுவிட்டான். எதுவுமே அவனுக்கு முழு நிறைவாக இருந்ததில்லை. ஆனால் கடந்த ஒரு வருடமாக அவனது முதல் விருப்பமாக மாறியது சேப்பாக்கத்திலிருந்து அவன் விடுதிக்கு வரும் வழியில் அப்பாவுத் தெருவில் உள்ள வேலன் மெஸ். முன்பு சிலமுறை அவன் அங்கு சாப்பிட்டிருந்தாலும் சமீபமாக விருப்பமான கடையாகக் காரணம் மாஸ்டர் கோபால்.

குமார் ஒரு கலக்கி பிரியன். அது சுவையாக இருக்கும் கடையில் எல்லா உணவும் சுவையாகவே இருக்கும் என்பது அவன் கணிப்பு. வேலன் மெஸ்ஸில் கோபால் சேர்ந்தபின் குமாருக்கு அங்குதான் இரவு உணவு. பரோட்டா, தோசை வகைகள், சப்பாத்தி, முட்டைப் பதார்த்தங்கள் என்று எல்லா உணவும் நன்றாகவே இருக்கும். அதுவும் தேங்காய் அரைத்து ஊற்றிய சிக்கன் சால்னா குமாருக்கு மிகவும் பிடிக்கும். வேலை அதிகம் இருக்கும் நாட்களில் அலுவகத்தி லேயே இரவு உணவை முடிப்பான். விடுதிக்குத் திரும்பும்போது மெஸ் திறந்திருந்தால் ஒரு கலக்கி மட்டும் ஆர்டர் செய்து சுவைப்பான்.

''சென்னைலயே நீங்க மட்டும்தான் மாஸ்டர் கலக்கி சூப்பரா போடறீங்க'' என்பான் குமார்.

''எல்லாம் டைமிங்தான் சார். ரொம்ப சீக்கிரமும் எடுக்கக் கூடாது ரொம்பவும் லேட் ஆகக்கூடாது. எங்க ஊருக்கு வந்து பாருங்க சார். இதவிட சூப்பரா இருக்கும்.''

''எந்த ஊரு மாஸ்டர் உங்களுக்கு.''

''சேலம் பக்கத்துல கீரிப்பட்டி சார்.''

''அட, நான் தர்மபுரிதான் மாஸ்டர்.''

''ஓ அப்படியா. எங்க சொந்தக்காரங்க கொஞ்சம்பேரு தர்மபுரில இருக்காங்க சார்.''

கோபாலுக்கு வயது முப்பது இருக்கும். இன்னும் திருமணம் ஆகவில்லை. பத்தாவதுவரை படித்து, பின் தன் கிராமத்திலேயே ஒரு டிபன் கடையில் டேபிள் துடைக்கும் வேலைக்குச் சேர்ந்தான். பின் சர்வர் ஆகி மெல்ல சமைக்கக் கற்றுக்கொண்டு சேலம் டவுன் பேருந்து நிலையம் அருகில் ஒரு கடையில் சில வருடம் மாஸ்டராய் வேலை செய்தான். அங்கு முன்பு வேலை பார்த்த மாஸ்டர் ஒருவர் சென்னை வந்தால் நல்ல சம்பளம் கிடைக்கும் என்று அவனை அழைத்துவந்து வேலன் மெஸ்ஸில் சேர்த்துவிட்டார்.

சென்னை வந்த ஒரு வருடத்தில் கோபால் ஊருக்குச் சென்றதே இல்லை. பண்டிகை நாட்களில் குறிப்பாகப் பொங்கலையொட்டி சென்னை உணவகங்களில் வேலைசெய்யும் மற்ற ஊர்க்காரர்கள் ஒருவாரம் விடுப்பு எடுத்துக்கொண்டு ஊருக்குச் சென்றுவிடுவார்கள். அந்த ஒரு வாரம் சென்னைவாழ் பேச்சலர்களுக்குப் பெரும்பாடாய்ப் போகும். ஆனால் கோபால் பொங்கலுக்குக்கூட ஊருக்குப் போகவில்லை. ஏன் என்று கேட்டால் ''ஊர்ல பெருசா ஒன்னும் வேலை இல்ல சார். இருக்கும்போது போய்க்கலாம்'' என்பான்.

இரவு கடையடைத்தபின் ஷட்டரை மூடிக்கொண்டு கடையிலேயே தூங்குவான். சாப்பிட ஆள் இல்லாத சில சமயங்களில் சர்வரிடம் கடையை ஒப்படைத்துவிட்டு மெரினா கடற்கரை செல்வான். அங்கு வரும் மக்கள் கூட்டத்தைப் பார்க்கும்போது பிரமிப்பாக இருக்கும். குறிப்பாக வார இறுதி நாட்களில். அவ்வளவு கூட்டத்தை அவன் வேறெங்கும் கண்டதில்லை. கடலிலிருந்து பிரிந்துவரும் அலை மீண்டும் கடலிலேயே கலப்பது போல் வேற்றுமை மறந்து மக்கள் இங்கே மீண்டும் ஒன்றாய் இணைகிறார்களே, எவ்வளவு அற்புதம் என்று சிலாகிப்பான். அதைத்தவிர அவன் வேறு எங்கும் சென்றதில்லை. குமார் தினமும் கடைக்கு வருவதால் அவனுடன் கொஞ்சம் சகஜமாகப் பேசினான்.

''என்ன மாஸ்டர், எப்போ பாத்தாலும் கடையிலேயே இருக்கீங்க போல. ஒருநாள் லீவு போட்டு சென்னையை சுத்திப்பாக்க வேண்டியது தானே.''

‘‘அதுலலாம் இன்டெரெஸ்ட் இல்ல சார். தனியா போறதுக்கு கடுப்பா இருக்கும்.’’

‘‘அது சரி பண்டிகைக்கு கூட ஊருக்கு போகமாட்டறிங்களே. எதும் லவ் பெயிலியரா,’’ சிரித்தான் கண்ணடித்து.

‘‘அது ஒண்ணுதான் கொறச்சல்’’ என்றான் கோபால் பெருமூச்சு விட்டபடி.

‘‘ஏதோ மேட்டர் இருக்கு போல.’’

‘‘ஊர் பக்கம் அடிக்கடி போகாம இருக்கத்தான் சென்னையே வந்தேன் சார்.’’

‘‘என்ன சொல்றிங்க மாஸ்டர்?’’ என்றான் குமார் ஆர்வத்துடன்.

‘‘ஊர்ல எப்போவும் பிரச்சினை இருந்துட்டே இருக்கும் சார். எங்க ஏரியா காரங்க பக்கத்து ஏரியாக்கு போகக்கூடாது. பண்டிகைல கலந்துக்கக்கூடாது. அவங்க கோவிலுக்கு உள்ள போகக் கூடாது. முடி வெட்றதுன்னா கூட பக்கத்து ஊருக்குதான் போகணும். இப்படி எவ்வளவோ இருக்கு சார்.’’

‘‘என்ன மாஸ்டர், இந்த காலத்துலகூட இப்படி நடக்குதா என்ன?!’’ என்றான் வியப்போடு.

‘‘எல்லா கிராமத்துலயும் இன்னும் இப்படிதான் சார். ஊர்ல நான் ஹோட்டல்ல சேந்தப்பவே பிரச்சினை. கடை ஓனர் டேபிள் மட்டும்தான் துடைப்பான்னு சொல்லிச் சேர்த்தார். அவங்க சாப்ட எச்சி இலையைக் கூட நான்தான் எடுக்கணும். ஒருநாள் நான் சாப்பாடு பரிமாறிட்டேன்னு சொல்லி பெரிய கலாட்டா. ஓனர் பயந்துட்டு என்னை வேலைக்கு வேண்டாம்னு சொல்லிட்டார். அப்புறம் சேலம் டவுனுக்கு வந்து வேலைக்கு சேர்ந்தேன்’’ என்றான் தன் பழைய நினைவுகளைத் திரட்டியபடி.

‘‘ஐயோ, இதெல்லாம் ரொம்பே ஓவர் மாஸ்டர். எப்போவும் நம்மளவிட கீழ இருக்கறவங்களையும் சமமா நடத்தணும். படிச்சாதான் எல்லாரும் திருந்துவாங்க’’ என்றான் குமார்.

‘‘இந்த பிரச்சினை ஆரம்பிக்கறதே பள்ளிக்கூடத்துலதான் சார். எட்டு வயசுப் பையன் கூட தள்ளித்தான் உக்கார்றான்.’’

‘‘போலீஸ்ல கம்ப்ளைண்ட் குடுக்கலாம்ல.’’

‘‘அதெல்லாம் நூத்துக்கணக்குல குடுத்தாச்சு சார். ஆனா எதுவும் நடக்காது. அவங்களை பகைச்சிக்கிட்டு அந்த ஊர்ல வாழ முடியாது.

எங்களை மாதிரி பசங்க வெளியூருக்கு வேலைக்கு படிக்க வந்துட்டாலும் எங்க குடும்பம் அங்கதானே இருக்கு. அடங்கி இருந்தே பழக்கப்பட்டுட்டோம் சார்'' என்றான் கோபால், இது ஒரு வாடிக்கையான விஷயம் போல.

குமார் இதையெல்லாம் செய்தியாகப் படித்திருக்கிறான். நேரில் கேட்கும்போது சற்றுப் பரிதாபகமாகவே இருந்தது. இந்த சென்னை நகரத்தில் அப்படி யாரும் இல்லை, யாரும் யாரையும் ஒதுக்குவதில்லை, உயர்வு தாழ்வு பார்ப்பதில்லை, எல்லாரும் சமமாகவே நடத்தப்படுகிறார்கள் என்று தோன்றியது. எல்லா கிராமங்களையும் கொஞ்சம் கொஞ்சமாக நகரமயமாக்கினால் இந்த வேற்றுமைகளெல்லாம் மறையுமோ என்று யோசித்தான்.

வழக்கம்போல் ஒருநாள் வேலைமுடிந்து இரவு உணவுக்காக மெஸ் வந்தான். அங்கே கோபாலுக்குப் பதிலாக வேறு ஒரு மாஸ்டர் இருந்தார். என்னவென்று புரியாமல் கடை முதலாளியிடம் கேட்க, ஏதோ அவசர வேலை என்று சொல்லி ஊருக்குப் போய்விட்டதாகவும் வர இரண்டு மூன்று வாரங்களாகும் என்று சொன்னதாகச் சொன்னார். என்னவாக இருக்கும் என்று யோசித்தபடி ஒரு தோசை மட்டும் ஆர்டர் செய்தான். புது மாஸ்டர் இன்னும் கல்லுக்குப் பழகவில்லை போலும். தோசை சமமாக இல்லாமல் கிழிந்த இலைபோலத் தொங்கியது. கோபாலைப்பற்றிய சிந்தனையிலேயே சுவையைக் கூட உணராமல் சாப்பிட்டு முடித்தான்.

தினம் இரவு விடுதிக்குச் செல்லும்முன் கடையை எட்டிப் பார்த்து விட்டுச் செல்வான். அந்த நாட்களில் அலுவலகத்திலேயே இரவு உணவை உண்டான். இப்படியே ஒரு மாதம் போக, ஒரு நாள் தாமதமாக அலுவலகத்திலிருந்து கிளம்பி பதினோரு மணிவாக்கில் விடுதிக்கு வந்தான். மெஸ் வழியே வரும்போது அங்கே கோபால் இருப்பது தெரிந்தது. உற்சாகமானான்.

''மாஸ்டர் எப்படி இருக்கீங்க, பார்த்து ரொம்ப நாள் ஆச்சு.'' நலம் விசாரித்தான் குமார்.

''வாங்க சார். ஆமா சார். ஊர்ல ஒரு வேல அதான் உடனே கெளம்பி போய்ட்டேன்'' என்றான் கோபால்.

''முதலாளி சொன்னார். ஏதும் விசேஷமா?''

''இல்ல சார், ஊர்ல ஒரு பிரச்சினை... உக்காருங்க சார், என்ன சாப்பிடறீங்க.''

''ஆஃபிஸ்லயே சாப்பிட்டேன். என்ன பிரச்சினை மாஸ்டர்?'' ஆர்வமாகக் கேட்டான் குமார்.

''அதுவா...'' ஒரு மாதக் கதையைச் சொல்ல, பெருமூச்சு விட்டுத் தயாரானான்.

''ஊர்ல எங்க ஏரியா பையன் பக்கத்து ஏரியா பொண்ண வீட்டுக்குத் தெரியாம கல்யாணம் பண்ணிக்கிட்டான் சார்.''

''ஓ!!!'' சுவாரஸ்யமாகக் கதை கேட்க அமர்ந்தான்.

''எங்க தெருப் பையன்தான். அவனும் அந்த பொண்ணும் ஒன்னா காலேஜ்ல படிச்சாங்க போல. லவ் பண்ணிருக்காங்க. எங்க ஊர்காரங்கள பத்திதான் தெரியுமே. தெரியாம ரெஜிஸ்டர் கல்யாணம் பண்ணிகிட்டாங்க.''

''அச்சோ, பெரிய பிரச்சனை பண்ணிருப்பாங்களே'' என்ற குமார், ''ஒரு கலக்கி மட்டும் போடுங்க மாஸ்டர்'' என்றான்.

''ஆமா சார். எங்க ஏரியா உள்ள புகுந்து எல்லார் வீட்டையும் அடிச்சி, பத்துபேரை கை கால் மண்டை ஒடச்சு, ரெண்டு வீட்டைக் கொளுத்திட்டாங்க. அதுக்கப்புறம்தான் எனக்கு தகவல் தெரிஞ்சி கெளம்புனேன்'' என்றான் கோபால் முட்டையை உடைத்தபடி.

''ஊரே ஒப்பாரி வெச்சி அழுதுச்சு. இதுக்கு முன்னாடி கூட ஏரியாக்கு வந்து கலாட்டா பண்ணுவாங்க. ஆனா இந்தவாட்டி கொலைவெறி யோட அடிச்சிருக்காங்க. வந்த கோவத்துக்கு நானே ரெண்டுபேரைப் போட்டிருப்பேன்.'' கோவத்தில் முட்டை கலந்த கரண்டியைக் கல்லில் ஓங்கி அடித்தான்.

அதுவரை சாது என்று நினைத்திருந்த கோபாலின் அந்தக் கோவம் குமாருக்கு ஆச்சரியத்தைத் தந்தது.

சற்றுத் தொண்டையைச் செருமி, ''அந்த பையனும் பொண்ணும் என்ன ஆனாங்க'' என்றான் குமார்.

''அவங்க பயந்துட்டு பக்கத்து ஊர்ல ஒருத்தர் வீட்ல ஒளிஞ்சிருந் தாங்க. அங்க இருக்கறது பாதுகாப்பில்லைனு அவங்கள சேலம் எஸ்.ஐ ஆபீஸ் கூட்டிட்டு போய்ட்டோம்.'' முட்டையைக் கல்லில் ஊற்றினான்.

''அப்புறம்.''

''அங்கேயும் வந்து ஒரே கலாட்டா. அப்புறம் நாங்க கம்பளைண்ட் கொடுத்தோம். அப்போவும் போலீஸ் ஏதும் ஆக்க்ஷன் எடுக்கல. கமிஷனர் கிட்ட கம்பளைண்ட் கொடுத்தோம். அதுக்கப்புறம்தான் கேஸ் போட்டு அவங்க ஆளுங்க பதினஞ்சு பேர அரெஸ்ட்

பண்ணுனாங்க. எல்லாம் இருபது இருபத்தஞ்சு வயசு பசங்க'' என்ற கோபால் முட்டையை உருட்டினான்.

''அச்சோ, இது அவங்கள இன்னும் உசுப்பேத்திருக்குமே.''

''ஆமா சார். இதோட நிக்காம போலீஸ் ரெண்டுபேரையும் மாஜிஸ்திரேட் கிட்ட கூட்டிட்டு போய்ட்டாங்க. அவங்க சேந்து வாழணும்னு சொன்னதால அவங்க கல்யாணம் செல்லும்னு சொல்லிட்டார். அதுல இன்னும் வெறியாகிட்டாங்க. பிரச்சனை அடங்கறவரைக்கும் ஊர்பூரா போலீஸ் போட்டுட்டாங்க. அதனால அவங்களால ஒன்னும் பண்ண முடியல'' என்று கொஞ்சம் மிளகுத்தூள் தூவினான்.

''ஹூம். ஊர்ல இவ்ளோ பிரச்சனை இருக்கும்போது அந்த பையனுக்கும் பொண்ணுக்கும் லவ்லாம் தேவையா. அவங்க முட்டாள்தனத்தால எவ்வளோ பிரச்சனை பாருங்க'' என்றான் குமார்.

''என்ன சார். அவங்களுக்கு பயந்துட்டு லவ்வ விடமுடியுமா. இவ்வளோ அடிதடியே அவங்க பொண்ணு எங்க பையன்கிறதால தான். இதே அவங்க பையன் எங்க பொண்ணுன்னா பஞ்சாயத்துனு போயிருப்பாங்க. அப்பவும் எங்களைதான் அசிங்கப்படுத்துவாங்க'' என்றபடி கலக்கியை இலையில் வைத்து குமார் முன் வைத்தான்.

''அப்படி இல்ல மாஸ்டர், ஊரை விடுங்க. அவங்க அப்பா அம்மாவை கொஞ்சமாவது நெனைச்சி பாக்கணுமா இல்லையா.''

''எங்க ஊர்ல தனி ஒரு குடும்பம்னே கெடையாது சார். எல்லாமே கூட்டமாத்தான். அந்த பொண்ணோட அப்பா அம்மா ஒத்துக் கிட்டாலும் மத்தவங்க விடமாட்டாங்க.''

''அட்லீஸ்ட், போலீஸ் மூலமா சமாதானம் பேசியிருக்கலாம். அரெஸ்ட் கேஸ்னு போயிருக்க வேண்டாம்'' என்றான் ஆற விட்டபடி.

''எங்க ஆளுங்கள அடிச்சி உதைச்சிருக்காங்க சார். எவ்வளோ தலைமுறையாதான் அடங்கியே இருக்கறது. எங்க அப்பா அம்மாலாம் எதுத்து கேள்வி கேக்காம விட்டுட்டாங்க. ஆனா இனிமே நாங்க விடமாட்டோம் சார்.'' தோசைக் கரண்டியால் கல்லில் மீண்டும் அடித்தான்.

அந்தச் சத்தம் குமாரின் காதில் எதிரொலித்துக்கொண்டே இருந்தது. அதற்கு மேல் அவன் ஏதும் பேசவில்லை.

கலக்கியைப் பிய்த்து வாயில் வைத்தான் குமார். கொஞ்சம் உப்புக் கரிப்பது போல் தோன்றியது.

# டண்டனக்கா

வெ. விஜயபாலாஜி

சென்ட்ரல் வந்து இறங்கு, ஆட்டோ பிடி, கிருஷ்ணாம்பேட்டைனு சொல்லு. கொண்டுவந்து ஷார்ப்பா இறக்கிவிடுவான். 4 மணிக்குள்ள வந்துடு, அப்பறம் எல்லாம் முடிஞ்சி போயிடும் மச்சி-னு போன்-ஐ கட் செய்தான் அசோக்கின் நண்பன் தேவா. அசோக் அருகில் இறுக்கமான முகத்துடன் நிற்க...

வீடு

வீட்டு வாசல்ல பந்தல், சேர் எல்லாம் போட்டு ஏரியா ஜனங்க கூடி நிற்க, அசோக்கின் அப்பா பாடி நடுவீட்ல ஐஸ்பொட்டில இருந்தது. கடந்த ஏழு எட்டு வருஷமா சீக்கு வந்து இன்னைக்கோ நாளைக்கோனு இருந்ததால, கூட்டத்துல பெரிய சோகமோ கவலையோ இல்ல.

இன்னும் சொல்லப் போனா செத்தது கூட நிம்மதினு சில பேரு பேசிக்கிட்டாங்க. என்னதான் ஏரியா அப்படி சொன்னாலும் அசோக் அம்மாக்கு தாங்க முடியாத சோகம். ராவெல்லாம் பக்கத்துலயே உக்காந்து அழுதுகிட்டே இருந்துச்சு.

சென்னையில் வாழ்க்கை தொடங்கப் போறோம்னு அசோக் அப்பா இந்தச் சேரிக்கு கூட்டிட்டு வந்து 25 வருஷம் ஆவுது. அப்போ அசோக்குக்கு ரெண்டு வயசு. ஊர்ல விவசாயக் கூலியா இருந்ததால

பெருசா எந்த வேலையும் தெரியாது. இங்க கார்பெரேஷன் ஆஸ்பத்ரில பியுனு வேல கிடைச்சிது. கர்ப்பிணிப் பெண்களுக்கு பாலு ரொட்டி கொடுக்குற வேல. நல்ல வேல சின்ன சம்பளம்.

ஆனா சென்னைல வாழ்க்கை ஓட்ட இது பத்தல்ல. மொதல்ல கொஞ்சம் சில்லரைய வாங்கி எக்ஸ்ட்ரா பால் ரொட்டினு கொடுத்து சம்பாதிச்சாரு. அப்றம் அசோக் ஸ்கூலுக்கு போனும், வீடு பெருசா பார்க்கணும்னு அப்படி இப்படினு ஏதோ சாக்கு சொல்லி இந்தம்மா நச்சரிக்கும் அவர. அவரும் அத சமாளிக்க ஆஸ்பத்ரி பாலைத் திருடி விக்க ஆரம்பிச்சிட்டாரு.

திருடித் திருடிக் கடை. திருடித் திருடி தயிர் வியாபாரம். திருடித் திருடி நகை நட்டு. திருடித் திருடி வீடு வாசல்.

மொதல்ல எல்லாம் நல்லாதான் போச்சி. ஊர் சாபம் சும்மா விடுமா? இவருக்கு சீக்கு வந்து எல்லாம் இவருக்கே செலவாகிப் போச்சி. அசோக்கு படிப்பை முடிகிறதுக்குள்ள நோய் முத்திப்போய் ஆஸ்பத்திரில படுத்துட்டாரு. ஆனா பாருங்க அவருக்கு ஒரு கெட்ட பழக்கம் கூட இல்ல.

நிஜமாங்க, நம்புங்க. பீடி, சிகெரெட், குடி, கூத்தியானு எதுமே கிடையாது. இப்படி அவரு அருமை பெருமையைப் பத்தி யோசிச்சிட்டே அவங்க அம்மா விட்டு விட்டு அழுதுனு இருந்துச்சி. விட்டு விட்டுனா, யாரா புதுசா வந்தா அழுவும், அமைதி... திரும்ப யாரா வந்தா அழுவும், அமைதி... இப்படிப் போய்ட்டுருந்தது.

நேரம் ஆக ஆகக் கூட்டம் சேர்ந்தது. ஊர்ல இருந்து அத்த, மாமா, மாமா பசங்க சொந்தங்க என எல்லாம் வந்தாங்க. வந்த மாமா தங்கள் வழக்கப்படி என்ன என்ன சாங்கியம் செய்யணும்னு ஒரு லிஸ்ட் போட்டுக்கொடுத்தாரு. வந்தவர்களுக்கு எல்லாம் காப்பி, கூல் ட்ரிங்க்ஸ், வயசானவங்களுக்கும் குழந்தைக்கும் டிபன் சாப்பாடுனு எல்லாத்தையும் ஏற்பாடு பண்ண உதவுனாரு. கவுச்சி கூடாதுனு ரத்னா கேப்பில் டிஃபனும் மாமி மெஸ்ல சாப்பாடும் சொல்லியாச்சு.

அசோக்குக்கும் அவங்க அப்பா செத்த சோகம் இருக்குது. ஆனா தலைக்கு மேல வேல இருந்ததால துக்கத்தை அடக்கி வேல பார்த்துகுனு இருந்தான். பாடை வந்துட்ச்சா, பண்டாரம் வந்துட்டானா, சசுடுகாட்டுக்குச் சொல்லியாச்சா என மாறி மாறிக் கேள்வி. இவ்ளோ வேல இருக்கே இன்னும் பூ வாங்கப் போன பசங்களக் காணோமேனு நினைக்கும்போது தூரத்துல பர மேளச் சத்தம்.

*டண்டனக்கா! டண்டனக்கா!! டண்டனக்கா!!!*

பாரிமுனை பூக்கடை போய் பூ வாங்கி, பாண்டி பசார்ல ஆள் உயர மாலை வாங்கி, ஜம்போ பேண்ட்ல பர மேளம் புக் பண்ணி, சரவெடி சத்தத்தோட தெரு ஃபுல்லா போஸ்டர்களை ஒட்டி சும்மா பசங்க ஏரியாவையே கலக்கிக்கினே வந்தாங்க.

அசோக்கு அவங்க அப்பா மாறி இல்ல, நிறைய பிரெண்ட்ஸ். நைட்டு விஷயம் தெரிஞ்சோனே ஏரியா பசங்க சும்மா பிலிபிலினு வந்துட்டாங்க. கைல காசு இல்லாத சமயம், ஆஸ்பத்ரி பில்லு,

ஆம்புலன்ஸ், அப்பா போட்டோ வாங்கி கண்ணீர் அஞ்சலி போஸ்டரு, இதோ இப்போ பேண்டு வச்சி பாடை கட்டறவரைக்கு பசங்கதான் சப்போர்ட். அந்த நைட்ல காசு உஷார் பண்ணி அசோக் கைல திணிச்சாங்க. ஏரியா பசங்க, கூட வேல பாக்குறவங்க, கூட படிச்சவங்கனு டீம் டீம்மா சேர்ந்து இருக்குற எல்லா வேலையயும் டப்பு டிப்புனு முடிச்சாங்க. எந்த ஒரு விஷயமா இருந்தாலும் டீம் டீமா பண்ணா சிறப்பா இருக்கும்.

அதுல முக்கியமான டீம் குடி டீம். ஏரியால நல்லதோ கெட்டதோ, குடினா மட்டும் டக்குனு பெரிய லெவெல்ல டீம் சேரும். மச்சி வாடா கட்டிங் போட்டு வரலாம்னு ஒருத்தன் கூப்பிட்டான், அவோலோ தான் - ஆமா டா பேண்ட் வச்சிருக்குனு, நைட் தூங்கல டையர்டா இருக்குனு, கடுப்பா இருக்குனு, வெறுப்பா இருக்குனு ஏதேதோ சாக்கு சொல்லி ஷாப்புக்குக் கிளம்பிட்டாங்க. பெருசுங்க, ஷார்ப் டீம், ஏரியால முக்கிய கை-னு இவங்க மட்டும் வீடு பக்கத்துலயே போட்டுட்டு இருந்தாங்க. ஆட்டோ, சந்து, பிளாட்பாரம், வீட்டு மாடினு எல்லா இடத்துலயும் சரக்கு ஓடிச்சி. சாவு வீடுனு பெருசா யாரும் கண்டுக்கல. போலீஸே வந்தாலும் கம்முனு போயிடுச்சி. பாத்து ரொம்ப நாள் ஆன பசங்க, சண்டை போட்டு பிறிஞ்சவங்க, ரொம்ப தூரத்துல இருந்து வரவங்கனு வேற வேற காரணம் வச்சி சிட்டிங் பெருசா போயிட்டே இருந்துச்சி. இந்த மாறி சமயத்தில அசோக்கோட குடிக்காத பிரெண்ட்ஸ் கூட இருந்து வேலைய பாத்துட்டு இருந்தாங்க.

குடிச்சிட்டு வந்த பசங்கயெல்லாம் ரொம்ப பாசம் ஆயிட்டாங்க. அசோக்க தனியா கூட்டிட்டு போயி ஆறுதல் சொன்னாங்க, கட்டிபிடிச்சாங்க, அழுதாங்க - அதுல ஒருத்தன் அசோக்க உசுப்பேத்தி சரக்கு போட்டுவிட்டான். எடுக்குற நேரம் நெருங்க நெருங்க போதை போட்ட பசங்க பேண்ட் மேளத்தை கிழி கிழினு கிழிக்கச் சொல்லி பணத்தை சூரா விட்டாங்க. ஒத்த அடி வேணும், உள்குத்து வேணும், வெளிக்குது வேணும்னு கேட்டு வாங்கி ஒரே டான்ஸு தான்.

*டண்டனக்கா! டண்டனக்கா!! டண்டனக்கா!!!*

ரோடு

ரோட்டோட ரெண்டு பக்கத்தயும் பைக்கை விட்டு மரிச்சி நடு ரோட்ல பாடை கட்ட தொடங்கிட்டாங்க, ஆனா குடிக்க போன அசோக்க ஆள காணோம். போன் போட்டாலும் எடுக்க மாட்டேன்றான். எந்த டூம் கூட போயிருக்கும் தெரியல. நேரம் ஆகுதே, சாங்கியம் பண்ணனுமே, அதுனால மாமா பசங்களும் சில பிரெண்ட்ஸும் சேர்ந்து அப்பாவோட பாடிய ரோட்டுக்கு கொண்டு வந்தாங்க. பெஞ்சு மேல வச்சி தண்ணி ஊத்தி குளிப்பாட்டி சாங்கியம் பண்ண ஆரம்பிச்சாங்க. இந்த பக்கம் வேட்டு வச்சி ராக்கெட் விட்டு பசங்க சாகசம் பண்ண ஆரம்பிச்சிட்டாங்க சாகசம்னா சும்மா இல்ல, கைல ராக்கெட்டு கயிறுல சரம்னு ஒரே அமக்களம்.

பக்கத்து அக்கத்து வீட்ல பெருசுங்க திட்டிகினும் சிறுசுங்க சிரிச்சிகினும் எல்ல கூத்தயும் பார்த்துனு இருந்தாங்க. ஒரு கட்டத்துல சாங்கியதோட பகுதியா அசோக் அம்மாவோட பூவும் பொட்டும் கலைக்கிற விசயம் வந்தது. சொந்தகார பொம்பளைங்க அசோக் அம்மாவ மங்களகரமா கூட்டி வந்து உட்கார வச்சாங்க. கிழவிங்க ஒப்பாரி பாட திரும்பவும் அம்மா அழ ஆரம்பிச்சிடிச்சி. அக்கம்பக்கம் பொம்பளைங்க ஆறுதல் சொல்ல இன்னும் தேம்பி தேம்பி அழ, கண்கள் மட்டும் அசோக்கை தேடிகிட்டே இருந்துச்சி. பண்டாரம் பாட்ட பாடி தன் வேலைய தொடங்க ஆரம்பிச்சான். அசோக் அம்மா கைல நிறைய வளையல், இப்போ அது கொஞ்ச கொஞ்சமா ஒடையுது. தல நிறைய பூ, இப்போ கொஞ்ச கொஞ்சமா கலையுது. நெத்தி நிறைய பொட்டு, கொஞ்ச கொஞ்சமா அழியுது. கூடி இருந்த பெண்கலெல்லாம் இந்த காட்சியை பாத்து கண்கலங்கிட்டாங்க. இத பாத்துனு இருந்த அசோக் பிரெண்ட் ஒருத்தன் காண்டாகி அங்க இருந்த பண்டாரத்தை அடிக்க போய்ட்டான். அப்பறோம் அசோக் மாமாதான் அவனை புடிச்சி சமாதானபடுத்தி, குடி போதைல இருந்தவனை அடக்கி வாசிச்சாரு.

பாடை கட்டி முடிச்சாச்சு, சாங்கியம் முடிய போகுது. இன்னும் அசோக்கை காணோம். இன்னும் சறைக்கனும் குளிக்கனும் இன்னும் இவன காணுமேனு மாமா நினைக்க, டமால்னு எங்க இருந்தோ வந்த அசோக் பொணத்துமேல விழுந்து கதறி கதறி அழ ஆரம்பிச்சுட்டான். எவன் தடுத்தும் விடல. போதையா பாசமானு ஒன்னும் புரியல மக்களுக்கு. ஆனா பசங்களுக்கு தெரியும் இது கிலீன் போதைனு. அசோக் இவோலோ போதையா வந்தது பாத்து சொந்தங்களுக்கு ஒரே அதிர்ச்சி. மாமாக்கு செம்ம கோவம், போட்டு சாத்து சாத்துனு சாத்தலாமான்னு பாத்தாரு.

வேண்டாம் சாவு வீடாச்சே பிரச்சன வேண்டாம், அப்பறோம் இவன பாத்துக்கலாம்னு கம்முனு விட்டாரு. அசோக்க வீட்டுக்குள்ள கூட்டிட்டுபோய் உட்கார வச்சி, தலைல தண்ணி ஊத்தி போதைய தெளிய வச்சாரு அவங்க மாமா. கொஞ்சம் அமைதி ஆனான். இருந்தும் போதை தலைக்குள்ளேயே இருந்தது. பேசுனதயே பேசிகினு இருந்தான். சில பிரெண்ட்ஸ் கூட இருந்து அவனை சமாளிச்சினு இருந்தாங்க.

பொறுப்பான நேரத்துல, வாழ்க்கைல ஒரு முறை வர விசயத்துல இந்த மாறி நடந்து அசிங்க படுத்திட்டானேனு அவங்க அம்மாக்கு சரியான வருத்தம். ஏற்கனவே புருஷன் போய்ட்டாரு, இப்போ பையனுக்கு இந்த குடி பழக்கம்னு மேலும் மனம் நொந்து போச்சி அவங்க அம்மா.

சரி ஆனது ஆச்சி, இனி ஆக வேண்டிய காரியத்தை பார்ப்போம்னு அவங்க மாமா அசோக்கை ரெண்டு மெரட்டு மெரட்டி அவனுக்கு டிரஸ் மாத்தி புத்திமதி சொல்லி கூட்டிவந்தாரு வெளிய. இவளோ விசயம் நடந்தது தெரியாம சில பசங்க வெளிய ஆட்டம் ஆடிக்கினும், பட்டாசு வெடிச்சிகினும் அவங்க அவங்க வேலைய பார்த்துகுனு இருந்தாங்க.

நேரம் ஆச்சி. பாடை ரெடி, பசங்க ரெடி. அசோக்கும் கைல தீ பந்தம் வச்சிக்கினு மிதமான போதைல ரெடி. அந்த நேரம் பாத்து பக்கத்துக்கு வீட்டு ஆளு அப்போதான் வேலைல இருந்து வந்தாப்போல. வந்தவன் அவன் வீட்டு செவுத்து பூரா போஸ்டர் ஒட்டினத பார்த்து காண்டாகிட்டான். டென்ஷன்ல கத்த ஆரம்பிச்சிட்டான், போஸ்டரா எவன்டா இப்படி ஒட்டினது.

அப்படி இப்படினு கூட்டம் கூடிடுச்சி. இது வேற என்ன புதுக்கதைனு அசோக் மாமா சமாதானம் பேச, ஃபுல் போதைல இருந்த நம்ம அசோக்கு கூட்டத்தை விலக்கி, '...த்தா வேணா உங்க அப்பா செத்தா அந்த போஸ்டரா எங்க செவுத்துல ஒட்டிகொடா'னு ஓங்கி ஒரு குத்து விட்டான்.

*டண்டனக்கா! டண்டனக்கா!! டண்டனக்கா!!!*

சாவு சிறப்பாகச் சென்றது.

# வேதாவின் சந்தோஷங்கள்

**சித்துராஜ் பொன்ராஜ்**

''சி.எஸ்.ஐ. சர்ச்சைத் தாண்டினதும் கோயில் ஆர்ச் வரும். டிரைவரை அங்க திரும்பச் சொல்லுங்க.''

உஷ்ணமான உப்புக் காற்றால் நிரப்பபட்டு வாய்ப் பகுதியை வெள்ளிநிற ரிப்பன் போன்ற கடற்கரை யால் கட்டியபின்னால் வெயிலில் ஜ்வலிக்கும் பிளாஸ்டிக் பையாட்டம் லேசாய் இங்கும் அங்கும் அலையும் பெருநகரம். விமானத்திலிருந்து பார்த்த போது சென்னை அப்படித்தான் தோன்றியது. சதா அசையும் அந்தப் பைக்குள்தான் எங்கோ அனுமந்து சொன்ன தேவாலயமும் அலங்கார வளைவும் இருக்கவேண்டும்.

அவற்றிலிருந்து சற்றுதூரம் போனால் அனுமந்து. அவன் வீட்டிலிருந்து இரண்டு தெரு தள்ளி 'ந்ருஸிம்மகிருபா' என்ற தூசுபடிந்த ப.எண்.16/ புதுஎண்.28 என்று இலக்கமிட்டிருக்கும், இருளோ என்று கிடக்கும் வீட்டில் வேதா. வேதவல்லி.

அனுமந்துவுக்கு வயதாகியிருந்தது. கனமான மூக்குக் கண்ணாடியை அணிந்துகொண்டு அழுக்கான வேட்டியைத் தூக்கிக் கால்களின் இடுக்கில் செருகியபடி தெருவில் நின்று கொண்டிருக்கும் எல்லா வாகனங்களையும் முறைத்துப் பார்த்துக் கொண்டிருந்தான்.

எதிர்வெயில். வருகின்ற வாகனங்களில் என் டாக்ஸி எதுவாக இருக்கும் என்று அறிந்துகொள்ளமுடியாமல் கண்ணாடிக்குப் பின்னால் உருண்டைக் கண்கள் தடுமாறுவது தெளிவாய்த் தெரிந்தது. ஒல்லியான கறுப்புத்தேகம். நெற்றியில் பெரிய தென்கலை நாமம். முடியெல்லாம் கொட்டிப் போய்த் தலையைச்சுற்றி ஒளிவட்டம் போல சாம்பல்நரை. கைகளில் பெரிய சாவிகளைப் பிடித்திருந்தான். கத்தோலிக்கத் திருச்சபையின் புனிதர் ஒருவர் தேவாலயத்தைப் பூட்டிய கையோடு அவசரமாக வைணவத்துக்கு மதம்மாறியது போல் அவன் தோற்றம் இருந்தது.

''ஏ... அனுமந்து நமஸ்காரம். இங்க இருக்கேன். இங்க... முன்னால.'' டாக்ஸி டிரைவர் குப்பைத்தொட்டியில் கொட்டியிருந்த பழச்சீவல்களையும் பேப்பர்களையும் மேய்ந்துகொண்டிருந்த மெலிந்த பசுவைத் தாண்டி வண்டியைக் கொஞ்சம் முன்னால் நிறுத்தியிருந்தான். கீழ் இறக்கிய ஜன்னல் வழியாக என் குரல் கேட்டதும் அனுமந்து பதற்றமாகி பின் கண்ணாடி வழியாகக் காருக்குள் குனிந்து பார்த்தபடியே சாவிகள் குலுங்க ஓடி வந்தான். நாம் வண்டிக்குள் இருப்பதை உறுதி செய்து கொண்டதும் வண்டியின் பின்புறத்தில் தடதடவென்று தட்டினான். டாக்ஸி டிரைவர் முறைத்தான்.

''என்ன ஐயரே. பட்டிக்காட்டான் மாதிரி வண்டிய இந்தத் தட்டு தட்டுற? அதான் நிறுத்தியாச்சுல.''

''சரி விடப்பா.''

வண்டியிலிருந்து பைகளை இறக்கும் சாக்கில் இருவரும் இன்னும் கொஞ்சநேரம் ஒருவரோடருவர் பேசாமல் இருந்தோம். பெரிய பை டிக்கியில் மாட்டிக்கொண்டு வெளியில் வரமறுத்தது. அதை இழுத்துத் தரையில் வைக்கும்போது அனுமந்துவின் முட்டியில் தட்டியது.

''சாரிடா அனுமந்து.''

''இதுக்கெல்லாம் எதுக்குடா பெரியவார்த்தை பேசிகிட்டு. நன்னாயிருக்கியோனோ? கொஞ்சம் குண்டானாப்ல தெரியுது. வேதா உன்னப்பார்த்தா ரொம்ப சந்தோஷப்படுவா. பார்த்து எத்தன நாளாச்சு.''

சாவிகளைக் கொண்டு என் கண்களைக் குத்துவது போல் கைகளை நீட்டி நீட்டிப் பேசினான்.

''இது என்னடா இவ்வளவு பெரிய சாவி? எதாவது கஜானாவுக்கு உன்னைக் காவலாப் போட்டிருக்காங்களா?''

ஒரு பையைத் தோளில். பெரிய பையைக் கரடுமுரடான பாதையில் இழுத்தபடியே அனுமந்துவோடு நடந்தேன்.

''ஹாஹாஹா.'' இடதுதோள் மீது போட்டிருந்த உத்தரீயம் புரளச் சிரித்தான்.

''இல்லடா கிட்டு. குளத்தாங்கரைக்கு அந்தப் பக்கமா இருக்குற ஒரு சின்ன அனுமார் சந்நிதிக்கு என்னை அர்ச்சகரா போட்டிருக்காங்க. தெனம் போய் சுவாமிக்கு என்னால முடிஞ்ச அலங்காரம் செஞ்சு நைவேத்யம் பண்ணி வச்சு தீபாராதனை காட்டிட்டு வந்துருவேன். முடிஞ்சா அஷ்டோத்தரம். இல்லையா ரெண்டு சுலோகம். ஏதோ காலம் ஓடுது. அவளுக்கும் மருந்து செலவு இருக்கில்லையா?''

''யாரு, நம்மவாளா?''

''அட நீ வேற. தெலுங்குக்காரா. நாயுடு.''

ஆள்காட்டி விரலை நீட்டித்தன்நெற்றியில் கோடு போட்டுக்காண்பித்தான்.

''நீ நல்லாருக்கியாடா அனுமந்து?''

''எனக்கு என்ன குறைச்சல்? குழந்தையா குட்டியா? என்ன ஒண்ணு, இப்பெல்லாம் ரொம்ப நேரம் உக்காந்தாலோ நின்னாலோ மூட்டுப் பேயா வலிக்குது. ஆனா பாவம் வேதாதான் ரொம்ப கஷ்டப்படுறாடா.''

கடலோர வெக்கை. நாக்கும் தொண்டையும் வறண்டுபோயிருந்தன. தெருவில் கிடக்கும் கற்களுக்கிடையே சிக்கிய பையை இழுப்பதைப் போலச் சிறிது நேரம் அனுமந்துவிடமிருந்து திரும்பி நின்று கொண்டேன். சாவிகளைத் தோள் மீது கதாயுதம் போலப் பிடித்தபடி என்னையே பார்த்துக் கொண்டிருந்தான். ஹாரன் அடித்தபடி இரண்டுசக்கர வாகனம் எங்களைக் கடந்து போனது.

''வேணா நான் ஒரு பையத் தூக்கிக்கவா?''

''வேணாண்டா, பரவாயில்ல. ஆமாம் வேதாவை டாக்டர்கிட்ட அழச்சுக்கிட்டுப் போனியா? என்ன சொன்னாரு?''

''பழைய கோளாறுதானாமாம். கருப்பையில ஏதோ பிரச்சனை. ரத்தமா போறது. என்ன சொல்றது? அந்தப் பெருமாளுக்கும் கண்ணில்ல. உங்காத்துல எல்லாரும் சேஷமா இருக்காளோலில்லியோ? உனக்கென்ன ஃபாரின் சட்டையிலயும் பேண்ட்டிலயும் ஜம்முன்னு இருக்க.''

அனுமந்து என் முகத்தைப் பார்க்காமல் பேசிக்கொண்டே தெருவைக் கடந்தான். பார்த்தசாரதி கோயிலின் பிரதான வாசலுக்கு முன்னாலிருந்த மண்டபத்தில் ஆண்களும் பெண்களுமாக நடை திறப்பதற்காகக் காத்திருந்தார்கள். எல்லோரும் பச்சை நிற ஆடை அணிந்திருந்தார்கள். எல்லோர் முகத்திலும் களைப்பிருந்தது.

மடியில் குழந்தைகளைக் கிடத்தியிருந்த பெண்கள் நாங்கள் கடந்து போவதை லேசான வியப்புடன் பார்த்தார்கள்.

தேரடியைக் கடந்ததும் அனுமந்து இடதுபக்கமாகத் திரும்பும் பெரிய சாலையைக் காட்டியபடி என்னைப் பார்த்தான்.

''நீ முதல்ல அகத்துக்குப் போறியா? ஒரு மாமி அனுமாருக்கு அர்ச்சனை பண்ணனும்னு சொல்லிருக்கா. மொதப்பேரனுக்குக் குளத்தாங்கரை அனுமார்கிட்டத்தான் சேவிச்சுக்கிட்டாளாம். அதை முடிச்சுட்டு அரை மணி நேரத்துல வந்துடறேன். வேதா எதாச்சும் டிஃபன் செஞ்சு வச்சிருப்பா.''

ஆட்டோ ஸ்டாண்டைக் கடந்து இருபுறமும் விரிந்து வாகன நெரிசலில் கடகடவென்று சிரிக்கும் சாலை. நாவிலும் தொண்டையி லும் அதே வறட்சி. சிறிய சந்துகளின் வழியாக அறிவிப்பில்லாமல் எழுந்த சிறு காற்றில் உப்புக் கரித்தது.

பையின் கைப்பிடியை இறுகப் பிடித்தபடி சாலையைப் பார்த்தபடி நின்றேன்.

''வேணாம் அனுமந்து. உங்கூடயே வரேன். குளத்தாங்கரை அனுமாரைப் பார்த்து நாளாச்சு.''

அவன் முகத்தில் வியப்புத் தெரிந்தது. ஆனாலும் எதுவும் சொல்லாமல் முன்னால் நடந்தான். வேர்வையில் மின்னும் அவன் மெலிந்த தோளைத் தொட்டேன்.

''அனுமந்து, எம்மேல எந்த வருத்தமும் இல்லையே.''

சுற்றியிருந்த கடைகள், பஞ்சகச்சம் கட்டிய ஆண்கள், புகைகக்கி நெளிந்தும் வளைந்தும் போகும் வாகனங்கள், புத்தகப்பைகளைச் சுமந்து ஓடிவரும் குழந்தைகள், அனைவரின் நடுவிலும் என் குரல் எனக்கே அந்நியமாக ஒலித்தது. நின்ற இடத்திலிருந்தே அனுமந்து என்னை வெறித்துப் பார்த்தான். அவன் கண்கள் கோயில் புறாக்களின் நிறமாய் ஜ்வலித்தன.

இடதுகையை ஒரு விதமாய் உதறிவிட்டபடியே நடக்க ஆரம்பித்தான்.

''உனக்கு ஒரு விஷயம் தெரியுமா? வேதாவ நான் பொண்ணு பார்க்கப் போனப்ப கிராப்பு வச்சிருந்தேன். அப்பவே இத்தாலி கம்பெனி யெல்லாம் நமக்கு ஒத்து வராது. வைதிகத்துக்கு வரணும்னு முடிவு பண்ணியிருந்தேன். ஆனா உத்யோகம் பார்க்குற பையன்களுக்கே யாரும் பொண்ணு தரமாட்டேங்குறா. இதுல சிகையோட போயி நின்னா எவன் பொண்ணு கொடுப்பான்னு அம்மாவும்

பாட்டியும்தான் கிராப்பு வச்சுக்கிட்டுவானு சொன்னாங்க. கல்யாணத்துக்குப் பின்னால சொல்லிட்டாப் போச்சுன்னாங்க. பொய் சொல்றோமேனு குறுகுறுப்பு இருந்தாலும் ஆசை யாரை விட்டுச்சு.''

''இத்தாலியிலிருந்து ஊர் திரும்புனதுக்கப்புறம் இது என்ன ரெண்டு வருஷம் இருக்குமா?''

''மூணு வருஷம்டா. தாத்தா தவறி அப்பத்தான் ஒரு வருஷமாகி யிருந்தது.''

தொடக்கக் காலத்தில் நானும் அனுமந்துவும் வேலை பார்த்த நிறுவனம் இயந்திரங்கள் தொடர்பான பயிற்சிக்காக எங்கள் இருவரையும் மிலான் நகருக்கு அனுப்பியிருந்தது. இரண்டு வருடப் பயிற்சி முடிந்தவுடன் அனுமந்து ஊர் திரும்பிவிட்டான். நான் இந்தப் பக்கம் வந்துவிட்டேன். ஊர் திரும்பிய சில மாதங்களிலேயே அனுமந்து வேலையை விட்டுவிட்டதாக அலுவலகத்தில் வாய்ப் பேச்சாகச் செய்தி வந்தது.

''ஆமா, பத்திரிகைகூட அனுப்பியிருந்தே. ஆனா அதுக்குள்ள என்னைத் தாய்லாந்துக்கு மாத்திட்டதால என்னால கல்யாணத்துக்கு வர முடியல.''

கையில் கட்டியிருந்த ஜப்பான் கடிகாரத்தை இரண்டு முறை ஆட்டிவிட்டு அனுமந்து அதை நெற்றிக்கு எதிராய் உயரத் தூக்கி வைத்துக்கொண்டு மணி பார்த்தான்.

''இன்னும் நாழி இருக்கு, அந்த மாமி மத்தியானம் தூங்கி முடிச்சுக் காபி எல்லாம் ஆன பிறகு ஆடி அசைஞ்சுவரதுக்கே நேரமாகும். சரி பரவாயில்ல, வா. சந்நிதி பக்கமா உக்காந்து பேசிக்கிட்டு இருப்போம். உன் தோள்ல இருக்குற பையை நான் தூக்கிக்கவா?''

பையை வலியத் தன்னிடம் இழுத்துத் தன் தோளில் மாட்டிக் கொண்டான்.

''வேதாவே உங்கிட்ட சொல்லியிருப்பா. கல்யாணமாகி ஒரு மூணு மாசத்துக்கப்புறம் சிகையோட போயி அவ முன்னால நின்னேன். ஒரே அழுகை, என்ன எல்லாரும் ஏமாத்திட்டேளேனு.''

''போன தடவை நான் வந்து போனதுக்கப்புறம் வேதா எனக்கு ஃபோன் பண்ணவே இல்ல தெரியுமா?''

அனுமந்து நான் சொன்னதின் சாத்தியக்கூறுகளை ஆழமாய் யோசிப்பவன்போல் முகத்தைத் தீவிரமாய் வைத்தபடி மௌனமாக நடந்து வந்தான்.

''ஆனா ஆயிரம்தான் சொல்லு. என் அகத்துக்காரி தங்கம்தான். நான் மறுபடியும் சிகை வச்சுண்டதுக்கப்புறம் கொஞ்ச நாள்லயே ஒரு சுதர்சன ஹோமம் நடத்தி வைக்க அப்பாவுக்கு அழைப்பு வந்துச்சு. அப்பாவுக்கு அப்ப ஒடம்புமுடியல. நீ போயிட்டு வாடான்னார். நானும் சரின்னுட்டேன். ஆனா விசாரிச்சுப் பார்க்கறச்சதான் ஹோமத்துக்கு ரொம்ப பெரிய மனுஷாள் வரப் போறானு தெரிஞ்சுது. எல்லாம் வேதம் வாசிச்சவா. அவா முன்னால புஸ்தகத்தைப் பார்த்து ஹோம மந்திரத்தை ஒப்பிக்கிறதானு எனக்குள்ள தோணிச்சு. ராத்திரி பகல்னு பார்க்காம ஹோம புஸ்தகத்தை வச்சுகிட்டு எல்லா மந்திரத்தையும் வெறியோட மனப்பாடம் செஞ்சேன். அறுபத்து நாலு பக்கம். பொடிப் பொடி எழுத்து. அம்மாவும் அப்பாவும் நான் ஒரே எடத்துல உக்காந்து நேரம் காலம் தெரியாம பிணாத்திக்கிட்டு இருந்ததைப் பார்த்து 'உனக்குப் பைத்தியம் தான் பிடிக்கப் போறதுடா. புஸ்தகத்தைப் பார்த்துப் படிச்சாத்தான் என்ன குறைச்சல், எல்லாரும் அப்படித்தான செய்யுறா'னு கத்துனா. இவ மட்டும் ராத்திரி ரொம்ப நேரம் கண் விழிச்சி எனக்காகக் காபி போட்டுகிட்டுக் கொண்டு வருவா. என்னால நிச்சயம் எல்லாத்தையும் மனப்பாடம் செய்ய முடியும்னு நம்பிக்கையா பேசுவா. அதுக்கடுத்த வாரம் ஹோமம் நடக்குற எடத்துல போயி நின்னேன். வந்திருந்தவா எல்லாம் மூக்கு மேல விரல வச்சுட்டா. இன்னைக்கி நான் ஓரளவுக்காவது ஊருல நாலு பேருக்குத் தெரிஞ்ச வைதிகனா இருக்கேன்னா அதுக்கு வேதா தாண்டா காரணம்.''

அனுமந்துவின் கண்களில் பெருமிதம் மின்னியது. கணுக்காலுக்கு மேல் புடைவையைக் கொஞ்சம் தூக்கிக் கட்டியபடி, குளிர்ந்த தரையெங்கும் கொலுசுச் சத்தம் பரவ இரவில் காபியுடன் நடந்து வரும் வேதாவை நினைத்துக்கொண்டேன்.

அனுமந்து சந்நிதி வாசலில் போடப்பட்டிருந்த பெரிய பூட்டை உலுக்கித் திறந்தான். உள்ளே இருட்டான கருவறையில் கைகூப்பிய படி முழங்கை உயரத்தில் பக்த ஆஞ்சநேயர். சந்நிதியே ஐந்தடி உயரம்தான் இருந்தது. இரண்டாகக் குனிந்து உள்ளே நடந்த அனுமந்து சாவிகளைச் சுவரில் மாட்டிவிட்டு சிலையின் மீதிருந்த பழைய வெற்றிலை மாலையை அகற்றி சந்நிதியின் ஓரமாய்ப் போட்டான். பிறகு பீடத்தின் மீது கிடந்த மலர் இதழ்கள், துண்டுத்தாள்கள், உணவுத்துகள்கள் யாவற்றையும் கையால் திரட்டி அதே இடத்தில் கொட்டினான்.

அனுமாரின் காலடியில் தூங்கிக் கொண்டிருந்த கரப்பான் பூச்சி ஒன்று திடுக்கிட்டு எழுந்து அங்குமிங்கும் குழப்பத்துடன் ஓடியது, பின்பு அனுமாரின் முதுகுக்குப் பின்னால் போய் ஒளிந்துகொண்டது.

சந்நிதிக்கு வெளியே எதையோ தேடிக்கொண்டு வந்தவன் என்னைப் புதிதாகப் பார்ப்பது போல் கொஞ்சம் தயங்கி நின்றான்.

''பார்த்துப் பதினஞ்சு வருசம் ஆச்சுல்ல.''

ஏப்ரல் விடுமுறையில் ஊருக்கு வரும்போது அனுமந்து, வேதா, நான் மூவரும் பண்டரிபுரம் போய் வரலாம் என்று நான்தான் சொல்லி யிருந்தேன். தாய்லாந்திலிருந்து சிங்கப்பூருக்கு மாற்றலாகிப் போவதற்கு முன்னால் ஒருமுறை சென்னைக்குப் போய் வந்தேன். அப்போது ரொம்ப நாளாய் நான் செய்ய வேண்டும் என்று நினைத்திருந்த கணபதி ஹோமத்தையும், நவக்கிரக ஹோமத்தையும் அனுமந்துதான் நடத்தி வைத்தான். அதிலிருந்து எனக்கு அனுமந்துவுடன் மீண்டும் பழக்கமாகி இருந்தது. அனுபமாவோ குழந்தைகளோ என்னுடன் சென்னைக்கு வருவதில்லை. சென்னைக்கு வருவதெல்லாம் அவர்களுக்குச் சிரமம் என்று சொல்லியிருந்தார்கள்.

அனுமந்துவையும் வேதாவையும் தொலைபேசியில் அழைத்துப் பேசும்போது வேதா அடிக்கடி பண்டரிபுரத்தைப் பற்றியும் அங்கு ஓடும் சந்திரபாகா நதியைப் பற்றியும் குரல் கிறங்கப் பேசியிருந்தாள். அவர்கள் வீட்டின் அருகிலேயே பஜனை மடம் இருந்தது. நேரம் கிடைக்கும் போதெல்லாம் அங்கு போய் மராட்டியப் பஜனைப் பாடல்களைக் கற்பதாகச் சொல்வாள். சில பாடல்களை லேசாய் நடுங்கும் குரலில் கீழ்ஸ்தாயியில் பாடியும் காட்டுவாள். அவள் என்னிடம் பேசும்போது அனுமந்து வீட்டிற்குத் திரும்பினால் அவளிடமிருந்து தொலைப்பேசியை வாங்கி என்னிடம் ஓரிரு வார்த்தைகளைப் பேசுவான். பின்பு தொலைப்பேசியை அவளிடமே தந்துவிட்டு அறைக்குள் போய்விடுவான்.

''ஒரு வேளை நீ எங்க ரெண்டு பேரையும் ஃபோன்ல அவ்வளவு தூரம் பேச அனுமதிச்சிருக்கக்கூடாதோ என்னவோ.''

சந்நிதிக்கு வெளியே ஒரு கவரில் பழக்கடைக்காரன் வைத்துவிட்டுப் போயிருந்த பழங்களைத் தரம் பிரிப்பதற்காகக் குனிந்து நின்று கொண்டிருந்த அனுமந்துவின் கறுப்பான முதுகைப் பார்த்தபடி சொன்னேன். அவன் நிமிராமல் தன் வேலையில் மும்முரமாக இருந்தான்.

''ப்ச்சு, வாழ்க்கையில நான் அவளுக்கு எந்த சந்தோஷத்தையும் கொடுக்கலடா கிட்டு. இதையும் அவகிட்ட இருந்து பிடுங்கி யிருக்கணும்னு சொல்றியா?''

வாடகைக்கார் இதே போலவே வெயில் நிறைந்த மத்தியானம் ஒன்றில்தான் பண்டரிபுரம் போய்ச் சேர்ந்தது. நதிக்கரைக்கு மிக அருகிலேயே இருந்த தங்கும் விடுதி ஒன்றில் இரண்டு அறைகளைச்

சொல்லியிருந்தேன். காரைவிட்டு இறங்கிய தூரத்தில் தெரிந்த கூம்பு வடிவக் கோபுரங்களைப் பார்த்துக் கன்னத்தில் அறைந்தபடியே 'அனந்தரமணா, கோவிந்தா' என்று அரற்ற ஆரம்பித்தான். வேதா எனக்குச் சற்றுப் பின்னால் வந்தாள். எதிர் எதிரில் அறைகள். சாயந்திரம் கோயிலுக்குப் போகலாம் என்று முடிவு செய்து நாங்கள் அறைகளுக்குள் போனோம். பயணக் களைப்பில் வேட்டியை மட்டும் கட்டிக்கொண்டு மின்விசிறியை வேகமாகச் சுழலவிட்டு நான் தூங்கினேன். வேதாவிடம் பேசியபடி அறைக் கதவைப் பூட்டாமல். ஏதோ ஒரு பிரம்ம கணத்தில் வேதா அறைக்குள் நுழைந்து என் கால்களின் அருகே அமர்ந்தாள். என்னைப் பெயர் சொல்லி எழுப்பினாள். அவள் கை எனது தொடைமீது இருந்தது. முகத்தைக் கழுவி மீண்டும் பொட்டிட்டுக் கொண்டிருந்தாள். மூடியிருந்த ஒற்றை ஜன்னலிலிருந்து கசிந்த வெளிச்சத்தில் அவளது விசாலமான கண்கள் பளபளத்தன. உடல் முழுவதும் தாமிரநிறமாய் இருந்தாள்.

வேதா கதவைச் சரியாகச் சாத்தாமல் விட்டிருந்தாள். தொடைமீது இருந்த அவள் கையைத் தொட்டபடி நான் எழுந்தபோது கதவிடுக்கின் வழியாக இடுப்பைச் சுற்றி அவசரமாகக் கட்டப் பட்டிருந்த வேட்டியை ஒரு கையால் கொத்தாகப் பிடித்தபடி கலைந்த தலை மயிரும், கனமான கண்ணாடியுமாக அனுமந்து தெரிந்தான். நான் எழுவதைப் பார்த்ததும் அவன் அவசரமாகக் கிளம்பிப் போவது தெரிந்தது. அதன் பிறகு பண்டரிபுரத்திலும் சரி, சென்னையிலும் சரி, நான் ஊர் விட்டுக் கிளம்பும் வரை வேதாவும் அனுமந்துவும் அவ்வளவாகப் பேசவில்லை.

''பண்டரிபுரத்துல வேதாவும் நானும் ரூமுல தனியா இருக்கும் போது நீ கதவு வழியாப் பார்த்தது எனக்குத் தெரியும் அனுமந்து. ஆனா, ஆ... ஆனா சத்தியமாச் சொல்றேன் அன்னைக்கு எதுவுமே நடக்கலடா.''

சந்நிதிச் சுவரோரமாக அபிஷேக நீர் வெளியேற ஏற்படுத்தப் பட்டிருந்த அடைபப்பில் ஏற்பட்டிருந்த அடைப்பைக் குச்சியால் கிளறிக் கொண்டிருந்த அனுமந்து சற்று நேரம் தலையைத் திருப்பி என்னைப் பார்த்தான்.

''தெரியும். அன்னைக்குத் திடீருனு கண் முழிச்சுப் பார்த்தப்ப வேதா இல்லாததப் பார்த்து கொஞ்சம் பயந்துட்டேன். ஆனா நீங்க ரெண்டு பேரும் தனியா இருக்கறச்ச நான் அப்படி வந்து நின்னது நான் செஞ்ச பாவமா புண்ணியமானு இது வரைக்கும் தெரியலடா கிட்டு.''

அனுமந்துவின் கண்கள் சந்நிதியின் இருட்டைத் தின்றிருந்தன. சந்நிதிக்கு வெளியே வந்தவன் குச்சியைத் தூர வீசி விட்டு, பாட்டிலில் இருந்த நீரைக் கவிழ்த்துக் கையலம்பிக் கொண்டான்.

அதற்குப் பின் அர்ச்சனை செய்யச் சொல்லியிருந்த மாமி வந்தாள். அவள் கையில் பெரிய பைகளும் ஆஞ்சநேயருக்குச் சூட்ட வேண்டிய வடைமாலையும் இருந்தன. வடைமாலையை அனுமந்துவிடம் தந்துவிட்டு அவன் அவள் பக்கமாய்த் திரும்பும் போதெல்லாம் வடைமாலையை வாங்கிக்கொள்ள கையை நீட்டியபடியே இருந்தாள்.

''செத்த இருங்கோ மாமி. அர்ச்சனை பண்ணி முடிஞ்சதும் கொடுத்துடுறேன். நான் என்ன என் அகத்துக்கா எடுத்துகிட்டுப் போகப் போறேன். அப்படி எடுத்துண்டு போயி பங்கு போட்டு சாப்பிடறதுக்குத் தான் பெருமாள் நேக்கு குழந்தைகளை கொடுத்திருக்காரா?''

இத்தாலியில் நாங்கள் இருவரும் பயிற்சிக்குப் போயிருந்தபோது ஒருமுறை ஸ்டாக் சரியாக இருக்கிறதா என்று ஆய்வு செய்ய தலைமை அலுவலகத்திலிருந்து அதிகாரிகள் வந்திருந்தார்கள். அவர்கள் கேட்ட பொருட்களையும் கோப்புகளையும் கொண்டு வந்து அவர் களிடம் காட்ட நாங்கள் எல்லோரும் நாலாபுறமும் அலைவோம். அவன் தேடும் பொருள் கண் முன்னால் இருந்தபோதும்கூட அனுமந்து பல முறை லேசாய் உதடுகள் பிரிந்தபடி இருக்க கைகளில் லேசாய் உதறலெடுத்தபடி என்ன செய்வதென்று அறியாமல் நின்றிருப்பான். நானும் மற்ற நண்பர்களும் அவனைத் திட்டிய படியே அந்தப் பொருளை எடுத்து அவனிடம் காட்டிவிட்டு அதை அதிகாரியிடம் காட்ட ஓடுவோம்.

அன்று ஆஞ்சநேயருக்கு ஆரத்தி காட்டிக் கொண்டிருந்த அனுமந்துவின் முகபாவமும் அதே போல்தான் இருந்தது. உதடுகள் லேசாய்ப் பிரிந்து, கைகளில் லேசான உதறலோடு, தேடும் பொருள் கண் முன்னாலேயே இருந்த போதும்கூட அதைக் காண முடியாமல்.

அர்ச்சனை முடிந்ததும் சந்நிதியைப் பூட்டிவிட்டு வந்த அனுமந்துவிடம் நான் அவனுக்காக வாங்கி வந்திருந்த சட்டையின் கவரை நீட்டினேன். கவரை உதறி அவன் சட்டையைப் பிரித்துப் பார்த்தான்.

''நல்லாருக்குடா. வேதாவுக்கும் புடவை எடுத்திருக்கே இல்ல. உன்னைப் பார்த்தா அவ ரொம்ப சந்தோஷப்படுவா.''

கம்பிகளுக்குப் பின்னால் கைக்கூப்பியபடி பக்த ஆஞ்சநேயர் சிரித்த முகமாய் எங்களைப் பார்த்துக் கொண்டிருந்தார். தெருக்கள், வாகனங்கள், மனிதர்களின் உடைகள், தோள்கள், முகங்கள் என்று எல்லா இடத்திலும் தகித்த வெயிலில் மாட மாமயிலை திருவல்லிக் கேணிக் கட்டடங்கள் வெண்ணிறமாய் ஜ்வலித்தன.

# பதகளிப்பு

**ராகேஷ் கன்னியாகுமரி**

நேரம் அதிகம் கடந்திருக்கவில்லை. அவள் நினைத்ததைப் போலத்தான் சம்பவித்தது. நாற்பத்தியேழு மணி நேரமாகக் கொடுக்கப்பட்டுக் கொண்டிருந்த செயற்கைச் சுவாசத்தை நிறுத்தப் போவதாகச் சொன்னபோதே சைமா தளர்ந்து விட்டாள். முடிவு தெரிந்தவுடன் மனம் கொஞ்சம் ஆறுதல் கொள்ளத் தொடங்கியது. அல்லாஹ் தன் சலாவை ஏற்றுக்கொண்டதற்கு நன்றி கூறிக் கொண்டாள். இன்றோடு ஏழாம் நாள். கொஞ்சம் சூடு கஞ்சியை எடுத்துக்கொண்டு மூன்று நாட்களுக்கு முன்னர் வீட்டைவிட்டு ஆஸ்பத்திரிக்குக் கிளம்பும் போது, இவளது வீட்டின் முதலாளி சொன்ன வார்த்தை நினைவுக்கு வந்து நெஞ்சை அடைத்துக் கொண்டது.

‘சைமா, ரசாக்குக்கு ஏதாவது முன்னேற்றம் இருக்கா...? நம்ம பிரியங்கா இப்போ நாலு மாசம், உனக்குத் தெரியும்தானே... அதனால காய்ச்சல் எல்லாம் நல்லா குணம் ஆனதுக்கப்புறம் வீட்டுக்குக் கூட்டிக்கிட்டு வந்தா போதும். இப்போ எல்லாம் காய்ச்சல்கூட சீக்கிரம் பரவிடுது ’ என்றார் கிருஷ்ணன் ஆசாரி மறைமுகமாக.

ரசாக் ஒரே மகன். நான்கு முடிந்து ஐந்தாம் வயது போன வெள்ளிக்கிழமைதான் பிறந்தது. இந்த வெள்ளிக்கிழமையன்று அவன் மவுத் ஆகிடுவான்

என்று கனவில்கூட நினைத்தது அல்ல. ஆசாரியின் வீடு நிக்காஹ் ஆனவுடன் கணவன் அவனது நண்பனின் நண்பன் கஸாலியின் உதவியுடன் ஜாபர்கான்பேட்டையில் அமைத்துக்கொண்ட இடம். சிறுசிறு அறைகளைக் கொண்டு சிமெட்டியாலான கூரை வீடுகளில் ஒன்று அது. கொசுத் தொல்லையைத் தவிர பெரிய வருத்தம் எதுவும் இல்லை.

முதன்முதலாக கலில் ரெஹ்மான் தன்னை விரும்புவதாகச் சொல்லிக் கூட்டி வந்த நாள் நினைவுக்கு வந்தது. சைமா ஹஜ்ஜம் சாதி என்பதை அறியாமல் விரும்பிய கேரள ராவுத்தர் கணவனுடனான நிக்காஹ் மூன்றே மாதத்தில் முடிந்துபோனது. பல்லாவரத்தில் இருக்கும் சிறு தோல் தொழிற்சாலைதான் வயிற்றில் வளர்ந்த ரசாக்கை நல்லபடியாகப் பிரசவிக்க உதவியது. அந்த வயதில் தோன்றிய சிறிய ஈர்ப்பு, பள்ளிக்கூடப் பாதையில் தொடங்கிய பந்தம், சாதியின் கோர முகத்தை நேரடியாக கணவனின் வாப்பா மூலமாக அறிந்த நாட்கள்.

மணமுறிவு ஏற்பட்ட உடனையே உம்மாவின் வீட்டுக்குச் செல்ல நினைத்தவள் அடுத்த இரு தங்கைகளை நினைத்தபோது கைவிட்டாள். இன்று மீண்டும் மகனின் மவுத் பற்றி அவர்களுக்குத் தகவல் தெரிவிக்க வேண்டுமா என்ன?

எங்கு போய்த் தேடினாலும் கலிலைக் கண்டடைய இயலாது. இவளைப் பிரிந்து சென்றபின் வசதியாக, உப்பா பார்த்து வைத்த பெரிய ராவுத்தரின் மகளைக் கெட்டியதாய்க் கேள்விப்பட்டிருந்தாள். பின்னர் மூன்றரை வருடங்களாக அதைப் பற்றி யோசிக்க நேரம் இல்லை. அவன் இப்போதும் சென்னையில்தான் எங்காவது உயிரோடு அலைந்துகொண்டிருப்பான். ஆசாரி, மகளாய்த்தான் இவளை பாவித்ததும். வாடகை இத்தனை வருடமாக மாறவுமில்லை. துஆ இல்லாமல் ஒருநாள் கூடக் கடந்து சென்றதாக நினைவும் கிடையாது சைமாவுக்கு. ஆனால் தனது ஒரே ஆறுதலான மகனையும் அவன் எடுத்துக்கொண்டதை நினைத்து திக்கற்றவளாய் அமர்ந்திருந்தாள் அவசர சிகிச்சை அறையின் முன்னால். மழை, இவளுடைய கண்ணீர் வற்றியதாலோ என்னவோ மூன்று நாட்களாக விடவே இல்லை.

ஆஸ்பத்திரி ஜன்னல் வழியே வந்த மின்னலும் பெரியதொரு இடி முழக்கமும் சைமாவை விழிக்கச் செய்தது. தாதி ஒருத்தி நெருங்கி 'அம்மா...! பையனோட பாடிய கொடுக்க கூப்பிடுறாங்க. கொஞ்சம் எந்திரிச்சு வாரீங்களா...?'

சைமா கொண்டு வந்திருந்த தூக்குவாளியைக் கீழேயே வைத்துவிட்டு தாதியுடன் உள்ளே சென்றாள். ஒரு மாதம்தான் ரசாக் பள்ளிக் கூடத்துக்குச் சென்றான். அரசு பள்ளிக்கூட ஆசிரியரே ஆச்சரியமாக

கேட்டார், இப்போதான் முதல் வகுப்புக்கு நேரடியா சேக்கிறீங்களா...?'

'ஆமா சார்...! ஏன் சார் ஏதாவது பிரச்சினை ஆகுமா..?'

'இல்ல... இந்த காலத்திலும் நேரடியா ஒரு பையன் ஒண்ணாவது வகுப்புக்கு வந்து சேர்றது அபூர்வம். இப்போ ஒண்ணாவதுக்கு முன்னாலேயே ஒரு மூணு வருஷம் படிக்கிறாங்க, அதான்' என்றார் ஆச்சரியம் விலகாமல்.

அவனுக்கு நண்பன் என ஒருவன் கூட அமையவில்லை. ஒருவித பயத்துடன்தான் முதலில் பள்ளிக்குச் சென்று வந்தான். கடந்த வாரம்தான் இம்மானுவேல், நசீம் என இரண்டு பேர் நண்பர்கள் ஆனார்கள் என்று பள்ளிக்கூடம் போய் வந்தபோது சொன்னான்.

வாசல் கதவைத் தாதி தள்ளியபோதுதான் தூக்குவாளி நினைவில் வந்தது. உடனே அதை எடுக்க வேகமாகத் திரும்ப நினைத்தவள், மீண்டும் மகனின் நியாபகம் வந்தவளாய் நேராக நடந்து உள்ளே சென்றாள். கையொப்பம் வாங்கியவுடனே திரும்பி நடந்தாள், தூக்குப்படுக்கையில் கிடத்தப்பட்டிருந்த மகனைக் காண விரும்பாததால்.

அவள் பின்னால் உடம்பைத் தூக்கி வந்த இரண்டு உதவியாளர்களும் தூக்குப்படுக்கையை இவள் நின்ற மரத்துக்குக் பக்கத்தில் கீழே வைத்தனர்.

'யம்மா..!'

அவள் கையில் இருந்த நூறு ருபாயை அவர்களுக்குக் கொடுத்தாள். இரண்டு பேரின் உதடும் புன்னகை புரிவது போலத் தோன்றியது. 'அம்மா..! அவசர ஊர்தியை வரச் சொல்லட்டுமா?'

'அது இலவசம்தானே...?'

'இல்ல... ஒரு நூற்றைம்பது கேப்பான்.'

'ஓ...!' என்றாள் மெதுவாக.

'கூப்பிடவா..?'

'வேண்டாம்.'

'அப்புறம் எப்படி எடுத்திட்டு போறீங்க? புருஷன் வாராரா...? இல்லே யாராவது சொந்தக்காரங்க வந்திட்டு இருக்காங்களா?'

'இல்ல... கொஞ்ச நேரம் நீங்க இங்க நிற்க முடியுமா...?'

உதவியாளர்கள் இருவரும் ஒருவரையொருவர் பார்த்துக்கொண்டனர்.

'சரிம்மா...'

அவள் வேகமாக ஆஸ்பத்திரியின் இடதுப்புறம் இருந்த வாகனங்கள் நிறுத்தும் இடத்துக்குச் சென்றாள். அங்கிருந்து ஒரு பழைய மிதிவண்டியை எடுத்து வருவது தெரிந்தது.

உருட்டிக்கொண்டே வந்த மிதிவண்டியையும் சைமாவையும் அதிர்ச்சியுடன் பார்த்து, 'என்னம்மா பண்ண போறீங்க...?' என்று ஒரே குரலில் கேட்டனர்.

சைமா யாதொரு முக வேறுபாட்டையும் காட்டாமல், 'நான் அவன இந்த மிதிவண்டியிலையே வச்சு வீட்டுக்கு கொண்டுப் போறேன்' என்றாள்.

'எம்மா... என்னம்மா பேசுறீங்க. பொணத்த எப்படி இதில கொண்டு போக...? நான் ஒரு ஆட்டோ வேணுமின்னா பிடிச்சு விடுறேன்.'

'இல்லண்ணே... வேணாம். கையில ஆட்டோவுக்கு கொடுக்கிற அளவு காசில்லை. நான் இதிலேயே வச்சு மெதுவா உருட்டிக்கிட்டு போயிடுறேன்.'

'எம்மா உன் வீட்டுக்காரங்க யாரையாவது வரச் சொல்லு.'

கொஞ்சம் யோசித்தவள், 'அண்ணே ஒரு போன் பண்ணிக்கலாமா?'

அவள் ஆசாரியின் எண்ணைப் பதிந்து அழைத்தாள். வேறொரு நபருடன் பேசிக்கொண்டிருப்பதாக பதிவு செய்யப்பட்ட குரல் சொன்னது.

மீண்டும் ஒருமுறை முயற்சித்தாள் சைமா. யாருடனோ பேசிக் கொண்டிருப்பதாக மறுகுரல் சொன்னது.

சைமா, 'யார்கூடவோ பேசிக்கிட்டு இருக்காங்க போல.' திரும்பி சொல்லும்போதே கைபேசி ஆக்ரோஷத்துடன் படபடக்கும் வண்டைப்போல் கையில் அதிர்ந்தது.

'யாருங்க... ஒரு அழைப்பு இப்போ வந்திருந்தது' எனக் கேட்டார் ஆசாரி.

'நான் சைமா பேசுறேன்.'

'என்னம்மா...? என்னாச்சு...?'

'ரசாக் போய்ட்டான்..!' முதல் துளிக் கண்ணீர் சைமாவின் கண்களில் இருந்து சட்டென உருண்டு தாடையை நெருங்குவதற்குள் அதை இடதுகையால் துடைத்தாள்.

மறுபுறம் நிசப்தம்.

'சார்...'

'ம்ம்ம்...'

'பாடி இப்போதான் கொடுத்தாங்க...'

அவர் எதுவும் பேசவே இல்லை. அலைபேசியை அணைத்துவிட்ட சத்தம் கேட்டது.

கைபேசியைத் திரும்பத் தந்துவிட்டு, 'அண்ணே ஒரு சின்ன உதவி பண்ணுவீங்களா..?'

'என்னம்மா...'

'இவனத் தூக்கி, விழாத அளவு பின்பக்க கேரியர்-ல வச்சு கட்டித் தருவீங்களா...?'

இருவரும் அவளை நோக்காமல், 'நாங்க அவசர ஊர்தி ஓட்டுனர்கிட்ட சொல்லுறோம்... ஒரு ஐம்பது ரூபா கொடுத்துடு' என்றவாறே அழைத்து வரப் புறப்பட்டனர்.

'இல்லேண்ணே... வேணாம். நீங்க இவனத் தூக்கிவச்சு நல்லா முடிஞ்சுவிட்டீங்கன்னா நானே மெதுவா உருட்டிக்கிட்டு போயிடுவேண்ணா.'

இருவரும் சேர்ந்து பிணத்தை மிதிவண்டிக்குக் குறுக்காகக் கிடத்தினர். ஒருவன் தலை முதல் கால் வரை துணியால் நன்றாக உடம்பை மறைத்துப் போர்த்தினான். இன்னொருவன் ஓடிச்சென்று பிணங்களைக் கட்டிக்கொண்டு வந்திருந்த ஏதோ பழைய பனம்பாயில் இருந்த துண்டு துண்டான சிறு கயிறுகளை ஒன்றிணைத்தான், வேகமாக. பின்னர் அதை வயிற்றுக்கும் மிதிவண்டியின் இருக்கையின் அடியிலுமாகக் கட்டி முடிச்சுப்போட முயன்றான். மிதிவண்டியின் முன்சக்கரம் தூக்கியப்படி வண்டி மறுபுறம் சரிய தொடங்கியது. சைமா ஆவேசமாக கைப்பிடியில் பிடித்து நிறுத்த முயன்றாள், அதற்குள் பிணம் கீழே சரிந்தது.

சைமா ஒரு நிமிடம் எதுவும் பேசாமல் கயிறு கட்டியவனை நோக்கினாள். 'அண்ணே பாத்துண்ணே... என் புள்ள...' என்றவாறே கண்ணீரை அடக்க முயற்சித்தாள்.

'இல்லம்மா... டேய்... வண்டியைத் தூக்குடா' என்று இன்னொருவனை அதட்டியவாறே வண்டியைத் தூக்க முற்பட்டான். இரண்டாமவன் பிணத்தின் உடம்பில் பட்ட மண்ணை லேசாகத் தட்டி விட்டான்.

வண்டியைத் தூக்கி நிப்பாட்டிவிட்டு முதல் ஆள் நேராகச் சென்று கட்டுமானம் நடந்துகொண்டிருக்கும் கழிப்பறைக்கு கான்கிரீட் போட அடுக்கி வைக்கப்பட்டிருந்த மரங்களில் இருந்து ஒரு மூன்றரை அடி நீளப்பலகையை உருவி எடுத்தான். அதை வேகவேக மாக கேரியரில் குறுக்காக நீட்டி வைத்துக் கட்டினான். 'இப்போ தூக்குடா... எம்மா அந்த கைப்பிடியக் கொஞ்சம் கீழ அழுத்தி புடிச்சுக்கோ' என்றவாறே பிணத்தை அந்த ஒரு அடி அகலமான பலகையில் தலை மிதிவண்டியுடன் நடப்பவர்களின் புறம் பார்த்து வைத்தான். வேறு கயிறு எடுத்து முதலில் நெஞ்சுடன் சேர்த்து பலகையில் கட்டினான். பின்னர் அதே கயிற்றின் மறுமுனையை எடுத்துச் சென்று இரண்டு கால் முட்டியுடன் சேர்த்துக் கட்டி அதை கேரியரின் அடியில் செல்லும் கம்பியில் இரண்டு சுற்று சுற்றிவிட்டு இருக்கைக்கு அடியிலும் இரண்டு சுற்று சுற்றி பிணத்துடன் மீண்டும் சுற்றி மறுபக்க கீழ்க் கம்பியில் இரண்டு முடிச்சு போட்டுவிட்டு இழுத்து பார்த்தான். அவன் முகத்தில் ஒரு புன்சிரிப்பு. 'இனி இத வெட்டினாக்கூட பொருள் கீழ விழாது' என்று சொன்னவன் வெடுக்கென சுதாகரித்துக்கொண்டு, 'எம்மா... இனி விழாதும்மா' என்றான் கம்மியான குரலில்.

மேகம் ஒருமுறை உறுமியது. அவள் மெதுவாக மிதிவண்டியை உருட்டிக்கொண்டு நடக்கத்தொடங்கினாள்.

சைமா குழந்தையுடன் தெருவில் தென்படுவதை வீட்டின் வராந்தாவில் நின்று பார்த்துக்கொண்டிருந்த ஆசாரி இவள் நெருங்க நெருங்க வேகமாக இறங்கி அருகில் வந்தார்.

'சார்...' என அவள் தொடங்குவதற்குள், 'இங்க பாரும்மா சைமா... வருத்தப்படக்கூடாது. நம்ம வீட்டுக்குள்ளால இத இப்போ கொண்டு வைக்க வேணாம். அவ வேற சூலியா இருக்கா... அதுமில்லாம இது ஏதோ பரவுற காய்ச்சல் போல தெரியுது. போனவன் போயாச்சு... இனி இருக்கிறவங்களும் போகணுமா... நானும் வேணுமுன்னா கூட வாரேன். நாம அப்படியே சுடுகாட்டுக்குக் கொண்டு போகலாம். என்ன காரிய கருமங்கள் செய்றதுன்னாலும் அங்கேயே செய்யலாமே...'

சைமாவின் கண்களில் இருந்து கண்ணீர் மட்டுமே பதிலாக வந்தது. 'அவன் ஓடி ஆடி விளையாடுன இடம் சார்... அதில கொஞ்ச நேரம் அவன படுக்க வச்சுக்கிட்டு, பக்கத்தில இருக்கிற மசூதில போய் சொல்லிடுறேன். அவங்க வந்து ஜனாஸாவிற்கான கடைசி கடமை களை செய்து ரசாக்க நல்லபடியா அனுப்பி வச்சிடுறேனே சார்...'

'எம்மா... சொன்னா புரிஞ்சிக்க மாட்டியா...? நோய் பரவுமுன்னு சொல்றேன். உன்புள்ளைக்காக நாங்க சாகச் சொல்றியா?'

'இல்ல சார்... ஒருமணி நேரத்துக்குள்ள எல்லாம் முடிக்கச் சொல்றேன்.'

'எம்மா... இங்க பாரு... நல்லபடியா சொல்றேன் கேட்டுக்கோ... நானும் உதவி செய்யறேன். இல்லைனா நீயும் இனிமே உள்ளே ஏறாதே...'

'சார்... என் புள்ள சார்... அவன கடைசியா உள்ளால ஒருவாட்டி கொண்டுபோறனே.' காலம்காலமாய் இளகிய குரல்களை அடக்கிவிடும் பேரிரைச்சலுடன் மழை அவளின் கண்ணீரைக் கடந்து மண்ணைத் துளைத்துக்கொண்டிருந்தது.

குளிரில் நடுங்கும் நாயின் முனகலை வெறுக்கும் மனதுடன் கம்பே இல்லாமல் வாசலில் ஆசாரி.

மழையின் உக்கிரத்துடனே சைமாவுக்கு மனம் அமைதி கொள்ளத் தொடங்கியது. மிதிவண்டியை பக்கத்து மரத்தின் அடியில் நிறுத்தினாள். மாலை நேரம் முடிந்திருக்க வேண்டும். இருட்டு மட்டுமே தரும் ஆவேசத்துடன் வேகமாக சப்பாத்து நடைபாலத்தின் வழியாக முழங்கால்கள் நனைந்தபடி ஆற்றைக் கடந்து பள்ளிவாசலை நோக்கி ஓடினாள்.

கிண்டி பள்ளிவாசலைச் சேரும்போதே இரவு மணி எட்டொன்பது ஆகியிருக்க வேண்டும். இடுப்பளவு நீரில் பள்ளிவாசலைத் தேடி, நிசப்தம் மட்டும் கிடந்த இடத்தை நோக்கிவிட்டு, திரும்பி வேகமாக வீட்டை நோக்கி நடந்தாள். நீரின் இழுவை அதிகரித்தது. மெதுமெது வாக முன்னகர்ந்து ஈக்காட்டுதாங்கல் பேருந்து நிலையத்தைத் தாண்டும்போதே கால்கள் இடறத்தொடங்கியது. கலைமகள் நகரில் தடுப்பு போடப்பட்டிருப்பதைப் பார்த்தபோதே நினைவு தப்பிவிடும் என்று தோன்றியது. வேகமாக பிரார்த்தித்துக்கொண்டே மேம்பாலத்தை நோக்கி ஓடினாள். மின்னலின் ஒளியில் தெளிந்தது அந்த மரம் அங்கில்லையென்பது...

# இப்போதாவது சொல்லட்டும்

**மதுரா**

சென்னை, புனித ஜார்ஜ் பிரதான தேவாலயத்தின் வாசலில் நின்று வெளியே பார்த்தேன். யாரோ நின்று கொண்டிருந்தார்கள் கடைசிப் படியில். அந்த மனிதன் ஐரோப்பிய தேசத்தவனாய் இருக்கவேண்டும். அவனுடைய செம்பட்டைத் தலைமுடி காற்றில் பறந்தது.

யார் இந்த வெள்ளைக்காரன்...?

அந்த மனிதனின் கண்கள் என்னை உற்றுப் பார்ப்பதை உணர்ந்தேன்.

அந்தக் கண்கள். நீலநிற கண்கள்.

என்னை அறியாமல் தேவலாயப் படிகளில் இறங்கத் தொடங்கினேன்.

ஒன்று... இரண்டு... மூன்று...

கடைசிப் படியில் கால் மிதிப்பதற்குத் தயங்கி நின்றேன்.

ம்... விசித்திரம். வாசலிலிருந்து கீழே பார்க்கிற வனுக்கு இது கடைசிபடி; கீழேயிருந்து மேலே வாசலைப் பார்க்கிறவனுக்கு இது முதல் படி...

என்னைப் பார்த்துக்கொண்டு நின்ற அந்த வெள்ளைக்காரன் முகத்தில் ஒருவிதமான இறுக்கம் தெரிந்தது. எனக்கோ கடைசி நேரக் கோபமும் பயமும் உறைந்துபோன இறந்தவன் முகம் போலத் தெரிந்தது. அந்த உதடுகளின் வார்த்தைகள் ஊசலாடின.

ம்... அந்த வெள்ளைக்காரனை எங்கோ பார்த்திருக்கிறேன்... எங்கே... எங்கே...?

என் மூளையின் மடிப்புகளில் தேடினேன். அதிர்ந்தது மூளை, சட்டென்று ஞாபகம் வந்துவிட்டது. இதயம் துடித்தது சற்று வேகமாய்.

'ஆஷ் துரை... திருநெல்வேலி கலெக்டர் ஆஷ் துரை... மணியாச்சி ரயில் நிலையத்தில் வாஞ்சிநாதன் துப்பாக்கியால் சுட்டுக்கொன்ற ஆஷ் துரை...'

உதடுகள் முணுமுணுத்தன என்னை அறியாமல்.

'ஆஷ்... நான்தான் ஆஷ்... என் முகம் உனக்கு எப்படித் தெரியும்.. என்னை நீ எப்படி... நீ எப்படி பார்த்திருக்க முடியும்...?'

அந்த நீலக் கண்கள் வியப்பால் விரிந்திருந்தன.

'உன் முகத்தைப் பலமுறை பார்த்திருக்கிறேன். ஆங்கில தினசரி ஒன்றில் உன்னைக் குறித்த கட்டுரை ஒன்று வந்திருந்தது. பத்திரமாய் கத்தரித்து எடுத்து வைத்திருக்கிறேன், என் பிரம்புப் பெட்டியில். இந்திய சுதந்திரப் போராட்ட வரலாற்றில் மறக்ககூடிய முகமா இந்த முகம்? இன்னும் ஐம்பது வருடங்கள் கரைந்தாலும் கரையாமல் இருக்கும் உன் நினைவுகளை சிவசுப்பிரமணியனோ, திவானோ... யாராவது புத்தகமாக எழுதுவார்கள். அதிலும் உன் முகம் இருக்கும். வருங்காலத்தில் இந்திய வரலாறு படிக்கிற மாணவனுக்கு யார் இந்த ஆஷ் என்ற கேள்வி நிச்சயம் வரும்.'

'என்னிடமும் ஒரு கேள்வி இருக்கிறது' என்றான் ஆஷ் துரை.

'நான் அதற்கு பதில் சொல்ல வேண்டுமா...?'

'ம்..'

'சொல். என்ன கேள்வி...?'

'நான் ஏன் இப்படி இறந்து போனேன்...?'

'ஏன் இந்தக் கேள்வி திடீரென்று...?'

'இன்றல்ல நேற்றல்ல, இந்தக் கேள்வியை நான் எத்தனையோ வருடங்கள் கேட்டுக்கொண்டுதான் இருக்கிறேன். நான் ஏன் இப்படி செத்துப் போனேன்...?'

கேள்வியை வீசினான் ஆஷ் அழுத்தம் திருத்தமாய்.

'உன் கேள்வி இருக்கட்டும். முதலில் என் கேள்விக்கு பதில்சொல். நீ இருப்பது பாளையங்கோட்டையில். அதாவது உன் கல்லறை பாளையங்கோட்டை இங்கிலீஷ் சர்ச் முன்னால் இருக்கிற கல்லறைத்

தோட்டத்தில் இருக்கிறது. நீ எதற்காக உன் கல்லறையைப் விட்டு விட்டு திருநெல்வேலியில் கேட்க வேண்டிய கேள்வியைத் தூக்கிக் கொண்டு சென்னைக்கு ஓடி வந்திருக்கிறாய்...? அதுவும் சென்னை ஜார்ஜ் கதீட்ரல் சர்ச்சுக்கு...?' கேள்வியை வீசினேன் சற்றே கோபத்துடன்.

'இங்கேயும் நான் வாழ்ந்திருக்கிறேன். என்னோடு வாழ்ந்தவர்கள் இன்றும் சென்னையில் இருக்கிறார்கள் கல்லறைக்குள். இந்த ஆலயத்துச் சுவரில் என் நினைவுக் கல்வெட்டு* இன்னும் இருக்கிறது. முட்டாளே நீ பார்த்ததில்லையா... ம்... சொல்.. நான் ஏன் இப்படி செத்துப்போனேன்..?'

ஆஷ் துரை வலது கரம் என் கழுத்தை நோக்கி நீண்டது.

'யாராவது காப்பாற்றுங்கள்.'

வார்த்தைகள் வெளியே வர மறுத்தது. ஆஷ் துரை வலதுகரம் நீண்டு... நீண்டு... நீண்டு... மூன்று கை நீளத்துக்கு நீண்டு...

'ஆ.'

திடுக்கிட்டு விழித்துக்கொண்டேன். 'அட... கனவு..'

எழுந்து அமர்ந்தேன். கழுத்தைத் தடவிப் பார்த்தேன் பயத்துடன். நனைந்திருந்தது வியர்வையில்.

'ஏன் இந்தக் கனவு... என்றோ மணியாச்சியில் சுட்டுக் கொல்லப் பட்ட ஆஷ் துரை ஏன் வந்தான் என் கனவில்..? நான் ஏன் இப்படி இறந்து போனேன் என்று என்னிடம் கேள்வி வேறு கேட்கிறான்... நான் நேற்று ஆஷ் துரை குறித்து நினைக்கவேயில்லையே.. ஏன் அந்த சர்ச் என் கனவில் வந்தது...? எதற்காக நான் அங்கு போய் நிற்கிறேன்...? எதற்காக என்னைத் தேடி ஆஷ் அங்கு வர வேண்டும்...? அங்கே எதற்காக ஆஷ் துரைக்கு நினைவுக் கல்வெட்டு வைத்திருக்கிறார்கள்...? கல்வெட்டு ஏன் கனவில் வரவில்லை...?'

போர்வை உதறி எழுந்தேன். காலண்டரைப் பார்த்தேன்.

அக்டோபர் 2 1942.

சென்னை வந்து மூன்று நாட்களாகிறது. பவளக்காரத் தெவில்தான் ஒரு வீட்டின் மாடியில் படுத்திருக்கிறேன், யாவராவது தேடி வருவார்களோ என்ற பயத்துடன்.

---

* ஆஷ் துரைக்குக் கல்வெட்டா..? என்ற கட்டுரையிலிருந்து. எழுதியவர் : எம் பரக்கத்அலி, ஜுனியர் விகடன் 4.07.2017

‘இன்று இந்த வீட்டைவிட்டு வெளியே போய் சென்னையைப் பார்க்க வேண்டும். அதுவும் கதீட்ரல் சர்ச்சை போய்ப் பார்த்தாகவேண்டும். சர்ச்சில் ஆஷ் துரை கல்வெட்டு இருக்கிறதா என்று தேட வேண்டும்..’

இதயம் ஏனோ சற்று வேகமாய்த் துடித்தது. அவசரமாய்க் குளித்து... அழகாய் உடை உடுத்தி... தெருவிற்கு வந்திருந்தேன். பவளக்காரத் தெருவோ அமைதியாயிருந்தது. ஆள் நடமாட்டம் அதிகமில்லை.

ம்... ஆஷ் துரை இறந்து முப்பத்தொரு ஆண்டுகள் ஓடிவிட்டன. இந்த ஆண்டு அதே திருநெல்வேலிச் சீமையில் செப்டம்பர் மாதம் முப்பதாம் நாளில் ஒரு அதிகாலைப் பொழுதில் ஆங்கிலேய அதிகாரி சால்ட் இன்ஸ்பெக்டர் லோன் துரை கொல்லப்பட்டார்* அன்று இரவோடு இரவாய் தூத்துக்குடியிலிருந்து சென்னைக்கு ஓடி வந்துவிட்டேன். லோன் துரை மரண ஓலம் கேட்கும் தூரத்தில்தான் அன்று நான் இருந்தேன் என்ன செய்வதென்று தெரியாமல்.

தெருவில் என்னைக் கடந்து போனவர் திரும்பி என்னைப் பார்த்தார் ஒருமுறை. எனக்குள் பயம் வந்திருந்தது. பவளக்காரத் தெருவைக் கடந்து அடுத்த தெருவுக்குள் நுழைந்திருந்தேன். தொடர்ந்து தெருத் தெருவாய் நடந்தேன். குறுகலான, மிகவும் குறுகலான தெருக்களை யும் என் கால்கள் விட்டு வைக்கவில்லை.

வளைந்து தெளிந்து ஓடிய நீண்ட தெருக்களிலும் சுற்றி சுற்றிப் பார்த்த படியே நடத்தேன். நடந்து கொண்டேயிருந்தேன். எதோ ஒருவித பயத்தில் சென்னை இருப்பதுபோல் என் மனதுக்குப் பட்டது.

*1942* ஆகஸ்ட் மாதத்தில் வெடித்துக் கிளம்பிய ‘வெள்ளையனே வெளியேறு’ போராட்டம் வெள்ளையர்கள் ஆட்சி அதிகாரம் செலுத்திய சென்னைப்பட்டினத்தையும் விட்டு வைக்கவில்லை.

‘செய் அல்லது செத்துமடி’- முழக்கம் காற்றிலும் கலந்திருந்தது. என் காதுக்கு நூறு செய்திகள் வந்திருந்தன.

லயோலா கல்லூரி - பச்சையப்பன் கல்லூரி மாணவர்கள் ஊர்வலம் - செங்கல் வீச்சு - காவல்துறை தடியடி - மாணவர்கள் காயம் - காவல்துறை அதிகாரி காயம் - ராணி மேரி கல்லூரி மாணவிகள் குதித்தனர் போராட்டக் களத்தில். மின்சார ரயில் மீது கல்வீச்சு. சென்னை மாநிலக் கல்லூரி - பெண்கள் கிறிஸ்தவக் கல்லூரி -

---

* நா.சோமயாஜுலு, நெல்லை மாவட்ட சுதந்திரப் போராட்ட வரலாறு. பக்கம் *330*.

சென்னை மருத்துவக் கல்லூரி மாணவர்கள் மறியல் - சூளை கள்ளுக் கடைக்குத் தீ - ஆங்கிலோ இந்தியர் வீட்டில் கல்வீசித் தீ வைப்பு - காவல் நிலையத்தின் மீது கல்வீச்சு - சிறுவர்கள் நான்கு பேர் கைது - தையல்காரர்கள் வேலை நிறுத்தம் - மண்ணடி அஞ்சல் நிலையத்துக்குத் தீவைப்பு - எழும்பூர் நீதிமன்றத்துக்குள் நுழைந்து முழக்கம் - போராட்டக்காரர்களுக்குச் சவுக்கடி - சென்னை உயர் நீதிமன்றத்தில் பாஸ்பரஸ் பொட்டலங்கள்...

கண்களையும் காதுகளையும் திறந்து வைத்துக்கொண்டு சென்னையைச் சுற்றி வந்தபோது, எதிரில் ஊர்வலம் ஒன்று வந்தது. சென்னை மருத்துவக் கல்லூரி மாணவர்களும், ஸ்டான்லி மருத்துவக் கல்லூரி மாணவர்களும் கைகோர்த்து வந்தனர் ஊர்வலமாய். கரங்களில் காந்தி புகைப்படம், மூவர்ணக் கொடி. குறுக்கே வந்தது காவல்துறை. தள்ளுமுள்ளு... தொடர்ந்து பத்து மாணவர்கள் கைது... எஞ்சியவர்கள் கலைய, அந்த இடத்தை விட்டு நானும் நகர்ந்தேன். சென்னையில் அங்கும் இங்கும் சுற்றிவிட்டு இறுதியில் ஜார்ஜ் கதீட்ரல் முன் போய் நின்றேன்.

கனவில் வந்த அதே சர்ச். நடந்து போய் முதல் படியில் அமர்ந்தேன். கனவில் ஆஷ் துரை நின்று கொண்டிருந்த முதல்படி. சர்ச்சுக்குள் ஆஷ் துரை கல்வெட்டு இருக்கிறதா என்று தேடவேண்டும்.

நாடெங்கும் சுதந்திரம்... சுதந்திரம் என்று மக்கள் தேடுவதாய் மனதுக்குப் பட்டது. கவிதை புரண்டது இதயத்துக்குள்.

‘அக்கா வந்து கொடுக்க

சுக்கா..? மிளகா..? சுதந்திரம் கிளியே!’

பாரதிதாசன் எழுத்துகள் மனதுக்குள் நகர்ந்தது ஊர்வலமாய்.

ஓடி வரும் காலடி ஓசைகள் ஊர்வலத்தைக் கலைத்திருந்தது. நிமிர்ந்து பார்த்தேன். அதிர்ந்தேன். எதிரில், தலையிலிருந்து ரத்தம் சொட்ட சொட்ட ஓடி வந்து கொண்டிருந்தான் வெள்ளைக்காரன் ஒருவன். அவன்... அவன்... என்னை நோக்கித்தான் ஓடி வந்து கொண்டிருந்தான்.

அவனுடைய நீலக் கண்கள் முகத்திலிருந்து நழுவிக் கீழே விழுந்து விடும்போலிருந்தது. பயத்தில், ஓடிவந்தவன் சட்டென்று என்னைக் கடந்து படிகளில் தடதடத்து மின்னல் வேகத்தில் ஏறி ஆலயத்திற்குள் நுழைந்திருந்தான். ஏன் இந்த ஓட்டம்... யார் இவனைத் துரத்துகிறார் கள்? ரத்தம் வரக்கூடிய அளவுக்கு யாரோ இந்த வெள்ளைக்காரனைக் காயப்படுத்தியிருக்கிறார்கள். யாருக்கோ பயந்துதான் சர்ச்சுக்குள் ஓடி ஒளிந்திருக்கிறான். உயிர்ப் பயம். தலையைத் திருப்பி அவன் ஓடி வந்த பாதையைப் பார்த்தேன். மீண்டும் அதிர்ந்தேன். அதிர்ச்சிக்குக் காரணம், நான்கைந்து பேர் ஓடி வந்தார்கள், உயிர் குடிக்கும்

ஆயுதங்களுடன். திகைத்துப் போய் அமர்ந்திருந்தேன். அவர்கள் ஓடி வந்து என் முன்னால் நின்றார்கள். ரொம்ப தூரம் ஓடிவந்திருக்க வேண்டும். மூச்சிரைத்தது. அவர்களுக்குப் பின்னால் ஒருவன் ஓடிவந்தான். அவன் கையில் நீண்ட வாள் ஒன்று இருந்தது. வாளின் நுனியில் ரத்தம்.

என் உடல் மெலிதாக நடுங்கியது ஒருமுறை. அந்த விநாடிதான் கவனித்தேன், என் அருகில் முதல் படியில் இரண்டு ரத்தத் துளிகள் மினுக்கின. அது... அது... சர்ச்சுக்குள் ஓடிப் போன வெள்ளைக்காரன் சிந்திய ரத்தம். அவசரமாய் வலது உள்ளங்கையால் மூடினேன் ரத்தத் துளிகளை. நல்ல வேளை அவர்கள் அதைக் கவனிக்கவில்லை. என் வலது கை விரல்கள் நடுங்கின. அந்த நிமிடம் முடிவதற்குள் ஓடி வந்து முன்னால் நின்றான், வாளில் ரத்தத்துடன். என் முகத்தை உற்றுப் பார்த்தவன், அடுத்த விநாடி கத்தினான்.

'ஏலேய்... சுப்பிரமணியன்... நீயும் குலசேகரப்பட்டினத்திலயிருந்து அப்பிடியே சென்னைக்கு ஓடி வந்திட்டியா... ஒரு வெள்ளைக்கார நாயைக் கொல்றதுக்காக விரட்டிக்கிட்டு வந்தோம். நீ பார்த்தியா...?' என்று கேட்டான் என் பக்கத்து ஊர் கணேசன்.

'இந்தப் பக்கம்தான் ஓடினான்.'

என் வாய் வார்த்தைகள் காற்றில் விழுந்ததும் நான் விரல் நீட்டிய திசையில் ஓடினார்கள் கையில் ஆயுதங்களுடன்.

'உன்கிட்ட பேசுறதுக்கு நேரமில்லை. பரங்கி சோலியை முடிக்கனும். ராத்திரி என்னை வந்து பாரு. வால்டாக்ஸ் ரோட்ல யானை தாண்டி இடதுபக்கம் பக்கிங்ஹாம் கால்வாய் ஓரமா உட்வேர்ப் ரோடு வந்திடு. கறிக்கடை கணேசன்னு சொன்னா என் முன்னால கொண்டு விட்டுருவாங்க.'

என் பதிலை எதிர்பார்க்காமல் ஓடுகிறவர்கள் பின்னால் ஓடினான் கணேசன்.

நான் வலதுகையைத் தூக்கினேன் தயக்கத்துடன். உள்ளங்கையில் வெள்ளைக்காரன் ரத்தம் ஒட்டியிருந்தது சிவப்பாய்.

'ரத்தம் ஒரே நிறம்.'

உதடுகள் முணுமுணுத்தன சத்தமில்லாமல். காலடிச் சத்தங்கள் கரைந்ததும் எழுந்து படிகளைக் கடந்து ஆலயத்துக்குள் நுழைந்தேன். அந்த வெள்ளை மனிதன் சுவரோரமாய்ச் சரிந்து அமர்ந்திருந்தான். மெல்ல அவனை நெருங்கினேன். அவன் உடல் நடுங்குவதை

என்னால் உணர முடிந்தது. தொட்டேன். நடுக்கம் அதிகரித்திருந்தது. அவன் சரிந்து அமர்ந்திருந்த இடத்துக்குப் பின்னால் ஆலயச் சுவரில் ஆஷ் துரை நினைவுக் கல்வெட்டு பதிக்கப்பட்டிருந்தது. எழுத்துகள் ஆங்கிலத்தில் செதுக்கப்பட்டிருந்தன.*

ஆஷ் முழுப்பெயர் ராபர்ட் வில்லியம் எஸ்கோர்ட் ஆஷ் என்றது.

பிரிட்டிஷ் ஆட்சியில் திருநெல்வேலியில் கலெக்டராக ஆஷ் பணிபுரிந்தார் என்றும் சிவில் சர்வீஸில் பதினாறு ஆண்டுகள் மிகச் சிறப்பாய் சேவை செய்தார் என்றும் அரசியல் காரணங்களுக்காக ஆயிரத்தித் தொள்ளாயிரத்துப் பதினோராம் ஆண்டு ஜூன் மாதம் பதினேழாம் தேதி கொலை செய்யப்பட்டார் என்றும் அந்தக் கல்வெட்டு ஆங்கிலத்தில் சொல்கிறது.

'ம்... நீ போ... அவர்கள் போய்விட்டார்கள்...' என்றேன் அந்த மனிதனிடம்.

பதில் எதுவும் பேசாமல் எழுந்து வாசலை நோக்கி நடந்தான். தயங்கி தயங்கி அடுத்த நிமிடத்தின் ஆரம்பத்தில், படிகளில் இறங்கத் தொடங்கினான். வாசலில் போய் நின்றேன், கனவில் நின்றது போல். ஆஷ் துரை கேள்வி மனதுக்குள் குதித்தது.

'ம்... ஆஷ் உங்கள் ஜீவனத்திற்குக் கிடைக்கும் சம்பளத்துக்காக வெள்ளை அரசு நடத்த நினைத்த அடக்குமுறையைக் கடமையாய்ச் செய்தீர்கள். அந்தக் கடமைதான் உங்களை மரணத்தை நோக்கி இழுத்துச் சென்றது. இன்றுவரை அதை நீங்கள் அறியவில்லை. இதோ நடந்து போகிற மனிதனும் இப்படி ஒரு தவறைத்தான் செய்திருக்கக்கூடும். அந்நிய ஆட்சிக்கு எதிராகப் போராடியவர்க்ள் வெள்ளை அரசாங்கத்தின் இயக்கத்தை நிறுத்துகிறேன் என்று அரசுக்காய்ப் பணிசெய்யும் வெள்ளைக்கார மனிதர்களின் இதயத்தை நிறுத்திவிட்டார்கள். அப்படிப்பட்ட ஒரு தனிமனிதன்தான் ஆஷ் துரையும் லோன் துரையும்.'

நடந்து போய்க் கொண்டிருந்தவன் திரும்பிப் பார்த்தான் ஒருமுறை.

அந்த நீலக் கண்கள் எனக்கு எதோ சொன்னது. இன்று இரவு ஆஷ் துரை கனவில் வந்தால் பதில் சொல்ல வேண்டும்.

---

* செ.திவான் எழுதிய வீர வ.உ.சி யும் ஆஷ் கொலையும். பக்கம் 190.

# வீட்டுக்கொரு கதை

**சத்யா எக**

வீட்டுக்கு அருகில் ஒரு மருத்துவமனை, இரவு குறைந்தபட்சம் பதினோரு மணி வரை திறந்திருக்கும் மருந்தகம், அக்வாகார்ட் மெம்பிரேனைப் பதம் பார்க்காத போர் தண்ணீர், இரண்டு படுக்கையறை கொண்ட ஃப்ளாட், முதல் தளம் ஸ்லாக்கியம்.

சர்வேஷ் புரோக்கரிடம் வீடு பார்க்கும்படிச் சொன்ன போது அவன் குறிப்பிட்ட விஷயங்கள் இவைதான்.

''வாடகை பட்ஜெட் எவ்வளவு சார்?''

''பத்தாயிரத்துக்குள்ள பாருங்க.''

''மடிப்பாக்கம் அப்பல்லோ மெடிக்கல்ஸ் பின்னாடி வீடு ஒன்னு இருக்கு, அது உங்களுக்கு செட் ஆகும்.''

''எந்த அப்பல்லோ? வேற லேண்ட் மார்க் சொல்லுங்க மூர்த்தி.''

''சரஸ்வதி ஹாஸ்பிட்டல், அதுக்கு எதிர அப்பல்லோ மெடிக்கல்ஸ்.''

''ஓ அந்த அப்பல்லோவா?''

''அதனாலதான் அப்பல்லோ ஃபார்மஸின்னு சொல்லல, மெடிக்கல்ஸ்னு சொன்னேன்.''

''அந்தப் பக்கம் தண்ணீ சரி கிடையாதே.''

‘‘சதாசிவம் நகர்ல சில ஸ்ட்ரீட்ல அந்தத் தொல்லை இருக்கு. ஆனால் நான் சொல்ற வீடு பக்கா, பிபிஎம் செக் செஞ்சுக்குங்க சார்.’’

‘‘என்ன வாடகை, அட்வான்ஸ், அப்புறம் வீடு?’’

‘‘வாடகை பத்து சொல்றாங்க, ஒன்பதுக்கு முடிக்கலாம், மெயின்டெனன்ஸ் முன்னூறு, அட்வான்ஸ் அறுபது, பேசி அம்பதாக்கலாம். டபுள் பெட் ரூம், மூணு பால்கனி, புது ஃப்ளாட். ஃபர்ஸ்ட் ஃப்ளோர்தான்.’’

‘‘என்னைப் பத்தி சொல்லிடுங்க. முக்கியமா என்னோட வொர்க் ஸ்டைல். வாரத்துல அஞ்சு நாள் வீட்டுலதான் இருப்பேன். வொர்க் ஃப்ரம் ஹோம். சனி ஆடிட்டர் ஆபீஸ்.’’

‘‘அதெல்லாம் சொல்லிடறேன் சார். ஒன் அவர்ல உங்களுக்கு போன் அடிக்கறேன்.’’

●

‘‘அம்மா மடிப்பாக்கத்துல மூர்த்தி ஒரு வீடு பார்த்திருக்கார். நம்ம சொன்ன எல்லாமே இருக்கு, வீடு பாக்க சாயங்காலம் அஞ்சு மணிக்குப் போறேன். நீங்களும் வரீங்களா?’’

‘‘நான் எதுக்குப்பா, எல்லாம் நீயே பாத்து முடிச்சுடு.’’

‘‘சரிம்மா.’’

●

மூன்றே நாளில் எல்லாம் பேசி முடித்து அட்வான்ஸ் தந்து அக்ரிமெண்ட் கையெழுத்தாகி, வீட்டுக்கு வந்து பால்காய்ச்சிக் குடித்து, ஷிஃப்டிங் வேலையும் இனிதே கடந்து, இதோ இரு தினங்களில் டிஷ் கனெக்ஷன், அக்வாகார்ட் இன்ஸ்டலேஷன், ஏஸி மாட்டுவது எல்லாம் முடிந்துவிட்டன. ஹால் மற்றும் இரண்டு பெட்ரூம்களில் ஏற்கெனவே ஃபேன் இருந்தது. ஒரே ஒரு ஃபேனை ஹாலின் இன்னொரு பக்கம் மாட்டி மீதி இரண்டு ஃபேன்களை இறக்கை தனியாய், இயந்திரம் தனியாகப் பிரித்து அப்படியே லாஃப்டில் குடியமர்த்தி விட... புது வீடு பழகச் சில நாட்கள் ஆகும்.

‘‘அம்மா வீடு உனக்குப் பிடிச்சுருக்கா?’’

‘‘நல்லாத்தான் இருக்கு, பக்கத்துல கோயில் இருக்குன்னு சொன்ன.’’ அம்மா திருச்சியில் இருக்கும்போதும் காலை ஆறு மணிக்கெல்லாம் வீட்டுக்கு அருகில் இருந்த பிள்ளையார் கோயிலுக்கு தினமும்

செல்வதை வாடிக்கையாக வைத்திருந்தார். மெட்ராஸ் வந்தபோதும் தொடர்ந்தது. இப்போது வயோதிகம். கோயிலுக்கு அழைத்துக் கொண்டு செல்ல வேண்டியிருக்கிறது.

''மடிப்பாக்கம் பஸ் ஸ்டாண்ட் பக்கத்துல ஒரு சிவன் கோயிலும் இருக்கு, ரெண்டு கோயில்.''

''கடைகள் எல்லாம் பக்கத்துல இருக்கா?''

''மெயின் ரோட்டுல ஒரு காய்கறி கடை இருக்கு, ஒரு பேக்கரி, ஒரு சைவ ஹோட்டல், இருபத்தி நாலு மணி நேர மெடிக்கல்ஸ், இருபத்தி நாலு மணி நேர ஹாஸ்பிட்டல், பேக்கரியும் ஹோட்டலும் நடத்துறது ஒரே ஆளுங்க... அப்புறம் நம்ம வீட்டு பக்கத்துல ஒரு சலூன், அதுக்குப் பக்கத்துல ஒரு பாய் கடை, பூவன் பழம் வெச்சுருக்கார், மிளகு போட்ட காரச்சேவு அஞ்சு ரூபாய் பாக்கெட் எல்லாம் இருக்கு. இந்தப் பக்கம் ஒரு அண்ணாச்சி கடை, காலைல அஞ்சரை மணிக்கு பால் அங்கதான் வாங்கினேன்.''

''உனக்கு சௌகரியம்தானே.''

''ஆமா பத்தே நிமிஷம், வண்டில வேளச்சேரி போய்டலாம். ஆடிட்டர் ஆபீஸ் போறது இப்போ ரொம்ப ஈஸி.''

''சரி, என்ன காய் வாங்கின?''

''தக்காளி, முள்ளங்கி, கோஸ், மல்லி, கருவேப்பிலை.''

''முள்ளங்கி சாம்பார் வெக்கறேன், கோஸ் பொரியல், ரசம், அப்பளம்... உனக்கு வேற ஏதாவது வேணுமா?''

''எதுவும் வேண்டாம்மா.'' சொல்லும் போதே சர்வேஷ் அலைபேசி சிணுங்கியது.

''சொல்லுங்க ராம்.''

''ஒருவழியா செட்டில் ஆகிட்டேன்''

''ஒன்னும் பிரச்னை இல்லை, அட்ரஸ் டெக்ஸ்ட் செய்யறேன், 11.30 மணிக்கு வீட்டுக்கு வாங்க.''

●

டிஃபன் இல்லை, நேரடியாகச் சாப்பாடு. சாப்பிட்டு முடித்தபோது மணி பத்தரை. பாய் இரவு பதினோரு மணிக்கு சில நாள் பதினொன்றரை மணிக்குதான் கடையை மூடுகிறார். காலையில்

கடை திறக்கத் தாமதமாகிறது. எட்டே முக்கால். சில சமயம் ஒன்பதே கால். கடைக்குப் போனவுடனே பார்த்து ஸ்நேகமாகச் சிரித்தார். சர்வேஷ் எதுவும் கேட்பதற்கு முன்பாக கிங்ஸூம் பாஸ் பாஸூம் தந்தார். பரிச்சயத்தின் முக்கியக் கட்டம், வாடிக்கையாளரின் குறிப்பறிந்து நடந்து கொள்வது.

''இன்னிக்கு எத்தனை மணிக்கு பாய் கடை திறந்தீங்க?''

''எட்டு மணிக்கு வந்துட்டேனே.''

''காலைல லேட்டா வரீங்க, நைட் லேட்டா சாத்துறீங்க.''

''அப்படி இல்லீங்க, பக்கத்துல அஞ்சு பசங்க இருக்காங்க. நம்ம கடை ரெகுலர் கஸ்டமர்ஸ். ஆபீஸ்ல இருந்து ஒருத்தன் வரும்போது லேட் நைட் ஆகும், ஜாம், நூடுல்ஸ், பூவன் பழம், சிகரெட், சாஸ் இப்படி ஏதாவது வாங்குவான். இதுல பழம், சிகரெட் கண்டிப்பா இருக்கும். வாங்கிட்டுப் போய்த்தான் சாப்பிடுவான் போல. இன்னொருத்தன் சாயங்காலம் அஞ்சு மணிக்கு வேலைக்குப் போவான், அவனும் கடைக்கு வந்து சிகரெட் வாங்குவான்.''

''அந்தப் பையன் பழம் வாங்கிட்டுப் போன பிறகுதான் கடை சாத்துவீங்க, அவரு வர முன்னபின்ன லேட்டானா கடை மூடவும் லேட் ஆகும். சரியா?''

''அதேதான், இதென்ன சில நாள் கடை மூடியும் தூக்கம் வராது. அப்போ நேரா மெடிக்கல்ஸ் போயிருவேன்.''

''மெடிக்கல்ஸா?''

''ஆமா அங்க நைட் டியூட்டி பார்க்கற ஆளுங்க மூணு பேர் இருக்காங்க. எல்லாம் நம்ம தோஸ்த்.''

''பன்னெண்டு மணிக்கு மேல கடை வாசல்ல உட்கார்ந்து பேசிக்கிட்டு இருப்போம். வெயில் காலம், வெக்கை அதிகமா இருந்தா உள்ள ஏசில இருப்போம். அப்படியே விடிஞ்சுரும்.''

''அட, எவ்வளவு நேரம் பாய் இருப்பீங்க?''

''எதிர டீக்கடை இருக்கா, அவங்க மூனே முக்காலுக்கு வருவாங்க, வந்து சாமி கும்பிட்டு அடுப்பைப் பத்த வெச்சு சாமி பாட்டை போட்டு விடுவாங்க. நாலு மணிக்கு டீ ரெடி ஆவும். போய் டீயைக் குடிச்சுட்டு வீட்டுக்குக் கிளம்புவேன்.''

''ஏன் பாய்?''

''அது அப்படித்தான். குடும்பத்து ஆளுங்களை ஊருல விட்டுட்டு பிழைப்புக்காக இங்க இருக்கற என்னை மாதிரி குடும்பஸ்தர்களுக்கு சில சமயம் குருட்டு யோசனை, பச்சாதாபம்னு நைட் ஒரு மாதிரி போகும். மனசு ஒரு சைத்தான். அது மனுஷனை எப்ப முழுங்கலாம் சிதைக்கலாம்னு நிறைய யோசனைகளை ஸ்டாக் வெச்சுருக்கும். அதை எடுக்காம இருக்கறது நமக்கு நல்லது. அதுல இருந்து தப்பிக்க இப்படியெல்லாம்... மெட்ராஸ் மோசம்னு வெளியூர்ல இருந்து வந்தவன் புலம்புவான். ஆனால் மெட்ராஸப் புரிஞ்சுக்கிட்டா இது பூலோக சொர்க்கம்.''

''உண்மைதான் பாய். ஒரு வாட்டி நான் ஸ்கூல் படிக்கும்போது அம்மா தெரிஞ்சவங்க வீட்டுக்குப் போனாங்க, அங்க போனா அவங்க ஆளுங்க யாரோ விஷம் குடிச்சு செத்துட்டாங்களாம். பக்கமா சின்ன கிராமம், சட்டுன்னு வந்திடலாம்னு பஸ் ஏறிப் போயிட்டாங்க. பக்கத்து வீட்டு ஆளுங்க தகவல் சொன்னாங்க. அங்க போய் நைட் ஆகிட்டு விடிகாலைல கிளம்பலாம்னு பார்த்தா ஒரு பெரிய சம்பவம் நாட்டையே உலுக்க, வெளிய நடமாட முடியல. அப்புறம் அக்கம்பக்கம் பேசி கார் வெச்சு மறுநாள் வீட்டுக்கு வந்தாங்க. நான் தனியா வீட்டுல இருக்க தவிச்சுப் போயிட்டேன். அம்மா வீட்டுக்கு வந்த உடனே ஒன்னு அழுகை. அது சம்மர் லீவ் டைம். ரொம்ப நாளைக்கு பாதிப்பு இருந்தது. இப்போ நினைச்சா சிரிப்பா இருக்கு, சம்பந்தமே இல்லாம பேசறேனா பாய்?''

●

''வாங்க ராம் சார். சொன்ன நேரத்துக்கு சரியா வந்துட்டீங்க. நீங்க சொன்ன மாதிரி வைஃப் ஐடி ப்ரூஃப், அட்ரஸ் ப்ரூஃப் காபீஸ்... அதுல அட்டஸ்டேஷன் இருக்கு. அப்புறம் அப்ளிகேஷன்ல போட்டோ ஒட்டி கையெழுத்து, நீங்க சொன்ன இடங்கள் எல்லாத்துலயும் கையெழுத்து வாங்கிட்டேன். செக் லீஃப், போட்டோஸ் எல்லாம் இருக்கு.''

''குட், ஸ்கேன் செஞ்சு இன்னிக்கு அனுப்பி கூரியர் அனுப்பிடுவேன். ரெண்டு நாள்ல வைஃபுக்கும் டீமேட் கணக்கு ஓபன் ஆகிடும் ஸார்.''

''தேங்க்ஸ் சார். தனித்தனியா போர்ட்ஃபோலியோ ரெண்டு பேருக்கு. நான் எப்பவும் இன்வெஸ்டர்தான்.''

''தெரியும் சார். மியூச்சுவல் ஃபண்ட் எஸ்.ஐ.பி மாதிரி நான் ஈக்விட்டிலயும் கொண்டு வந்தேன். அந்த டிஸைன் ஃபார்மட்டுக்கு நல்ல ரெஸ்பான்ஸ். எனக்கு 128 கிளையண்ட்ஸ் இருக்காங்க. இது

தவிர இன்ட்ரா டே ட்ரேடிங்கும் உண்டு. நீங்க லக்கி ஸார், ஆபீஸ் போற தொந்தரவு இல்லை, வீட்டுல இருந்தே வேலை, சம்பளம்.''

''முன்னாடி ஆபீஸ் இருந்தது சார், உங்களுக்குப் புரியல. ஒரே மாதிரி சூழல் மனுஷனை சங்கடப்படுத்தும், புத்தியை கலகலக்க வைக்கும். டீம் மெம்பர்ஸ், டார்கெட், மாரடிக்கிறது, மன்த் எண்ட் பிரஷர்... இதெல்லாம் இம்சைகள்தான். ஆனால் அடுத்தடுத்த மாறுபட்ட சூழல்கள், சந்திக்கிற புதுப்புது முகங்கள் எல்லாம் மனசை ஆரோக்கியமா வைக்கும். எனக்கு வீடு தில்லை கங்கா நகர், ஆபீஸ் அடையாறு. ஆனால் ஒவ்வொரு மன்த் என்ட் க்ளோஸிங் முடிச்சு வேளச்சேரி வழியா வருவேன்.

''வேளச்சேரியில் இருந்து வானுவம் பேட்டை வரதுக்கு, மேல வேளச்சேரி டு மவுண்ட் பறக்கும் ரெயில் வேலை, கீழ ரோடு இருக்குல, அதுல விடிகாலை நேரத்துல காதுல பிடிச்ச பாடல்களை ஓடவிட்டு நாற்பது கிலோமீட்டர் வேகத்தில் வண்டியை ஓட்டுவேன். மனசுக்கு அவ்வளவு சொகமா இருக்கும். இப்போ பாருங்க டெம்ப்ளேட்டட் வாழ்க்கை, சூழலை மாத்த டீக்கடை, புஸ்தகம் இதையெல்லாம் புத்தி தேடுது.''

''வித்தியாசமா பேசறீங்க சார்.''

''நீங்க டென்ஷனான சூழல்ல இருக்கீங்க சார். பிஸியா இருக்கீங்க. எனக்குப் பாருங்க பிரான்ச் மூடிட்டாங்க, கிளையண்ட்ஸ் பேஸ் எனக்கிருக்கு. இன்ட்ரால கம்பெனிக்கு நல்ல மார்ஜின் வருது, என்னை வெளிய விட்டா கிளையண்ட்ஸ் எல்லாரையும் வேற கம்பெனிக்கு மாத்திருவேன்னு எனக்கு சுதந்திரம் (?!) தந்து வொர்க் ஃப்ரம் ஹோம்னு சொல்லி... அடப் போங்க சார்... மேம்போக்கா பாத்தா நான் சுகவாசின்னு தோணும்... சிலது சிலருக்கு புரியாது. நாம விளக்கவும் முடியாது. யார் கிட்டயும் நான் முழுசா எதையும் ஃப்ரான்க்கா பேசாம இருக்கேன்னு எங்க அம்மா சொல்லுவாங்க. அது உண்மையா இருக்கலாம். மணி பன்னண்டு ஆவப் போகுது. வாங்க அஸ்வத் பேக்கரி போவோம். பஃப்ஸ் ரெடியா இருக்கும். சாப்பிட்டு டீ குடிப்போம் சார்.''

''அதுக்குள்ள எப்படி பேக்கரி டைமிங்க்ஸ் எல்லாம்.''

''சூழல் மாற்றம்.''

●

''என்ன பத்து மணிக்கு மேல வர மாட்டீங்க, இன்னிக்கு பத்தம்பதுக்கு வந்துருக்கீங்க?''

''இல்லை பாய், மனசு குருட்டு யோசனை அதிகம் செய்யுது, அதை டைவர்ட் செய்யத்தான்.''

''என்ன ஆச்சு?''

''திருச்சில பொறந்து, வளர்ந்து, படிக்கும்போது என்னலாமோ ஆசைப்பட்டு, குடும்ப சூழல் காரணமா அதையெல்லாம் ஒதுக்கி, குடும்ப கஷ்டம், அம்மாவோட போராட்டம், அப்புறம் வேலை, அடுத்து மெட்ராஸ், என்னோட பலம் பலவீனம், வாடகை வீடுகளா மாறி மாறி ஜாகை, ஓட்டம், இப்போ அம்மாவும் நானும், இன்னொரு வாடகை வீடு, எதுக்கு சம்பாதிக்கிறோம், எதுக்குப் பிறந்தோம், என்னத்த சாதிச்சோம், எதுக்குப் மனுஷப் பிறவி ஒன்னும் புரியல பாய். சில கட்டங்களைத் தாண்டி ஏன் வாழ்க்கைல பிரயாணம் செய்யறோம்னு தோணுது.''

''சுத்தம். என்னாச்சு.''

''தெரியல ஆனால் இது மாதிரி அடிக்கடி ஆகுது, உங்க நைட் கிளப்ல என்னையும் சேர்த்துக்குங்க பாய்.''

''அவ்ளோதானே, பய இன்னும் வரல, ஜாமான் எல்லாத்தையும் எடுத்து அடுக்கறேன், அவன் வந்து அனேகமா நூடுல்ஸ், பழம், சிகரெட் வாங்குவான். அதுக்கு அப்புறம் கடை சாத்திட்டு மெடிக்கல் ஷாப் போவோம்.''

''சரீங்க பாய்.''

பாய் கணிப்பு பொய்க்கவில்லை. அவன் வந்து போனபின் கடை சாத்தப்பட, பாய் சைக்கிளைத் தள்ளிக்கொண்டு நடந்து வந்தார். மெயின் ரோடு மெடிக்கல்ஸ் வெளியே சைக்கிளை நிறுத்திக் கண்ணாடிக் கதவைத் திறந்துகொண்டு பாய் உள்ளே நுழைந்தார்.

''வாங்க வாங்க.''

''இது நம்ம நண்பர். பக்கத்துல குடி வந்து ஒரு மாசம் ஆகப்போவுது.''

''பாத்துருக்கேன், அன்னிக்கு ஒரு நாள் நைட் வந்து சார்பிட்ரேட் வாங்கினார். இன்னொரு தபா ஃபெரோனியா டி3, மெட் நியூரோபியான்னு ரெண்டும் மூணு அட்டை வாங்கினார்.''

''என் பேர் சர்வேஷ், எப்படி நினைவுல வெச்சுருக்கீங்க?''

''மெட் நியூரோபியான் வாங்க வந்த போது அமாக்ஸிசிலின்+ க்லாவுலனிக் ஆஸிட் காம்பினேஷன் மேன் கைன்ட் கம்பெனி பிராண்ட்ல கேட்டீங்க.''

‘‘அவங்க கம்பெனி பிராண்ட் விலை கம்மி சார் அதான்.’’

‘‘கடைக்கு வரவங்க பொதுவா பிராண்ட் சொல்லிதான் கேட்பாங்க ஆனா மாலிக்யூல் பெயர் சொல்றவங்க, காம்பினேஷன் பெயர் சொல்லி மருந்து கேட்கறவங்களை சடார்னு மறக்க முடியாது. அவங்களை ரெஜிஸ்டர் செய்து பக்காவா சர்வீஸ் செய்தால் எங்க போனாலும் நம்ம கடையைத் தேடி வருவாங்க, எங்களால் அவங்களை மறக்க முடியாது.’’

இயல்பாய் ஒரு சுமுக மனோபாவம் அனைவரிடமும் உருவாக அங்கு அரட்டைக் கச்சேரி துவங்கியது. ஒரு மணி நேரம் கழித்து வெளியே பஞ்சாபி குல்ஃபி ஐஸ் விற்றுக் கொண்டிருந்த ஆள் கிளம்பும்போது பாய்ந்து குல்ஃபி வாங்கி சாப்பிட்டு மீண்டும் தொடர்ந்தது.

ஆண்களுக்கு பேச்சுக்கா பஞ்சம்? கிரிக்கெட், அரசியல், ரியல் எஸ்டேட், பிஸ்னஸ், பணம், வேலை, குடும்பம், ரசனை, சினிமா... எத்தனை எத்தனை...

நாலு மணிக்கு டீயும் குடித்து வீடு திரும்பியபோது அம்மா தூங்கிக் கொண்டிருந்தார். அவர் ஐந்து மணிக்கு எழுந்துவிடுவார் என்பதால் அமைதியாக பெட்ரூமுக்குள் போய் ஏஸியை ஆன் செய்து படுக்கையில் விழ... டீ குடித்தால் தூக்கம் வராது என யார் சொன்னது? ஆழ்ந்த உறக்கத்தில் சர்வேஷ் பயணிக்கலானான்.

எழுந்தபோது மிகக் களைப்பாக இருந்தது. இன்று முழுக்க ரெஸ்ட் எடுக்க வேண்டும். மணி பார்த்தான். காலை 11.30. இன்னிக்கு நோ இன்ட்ரா... நோ கால்ஸ்... யோசித்தபடி எழ சூழல் வித்தியாசமாக இருந்தது. ஏசி இல்லை... இருப்பது அந்த வீடே இல்லை. பதறிப் போனான்.

நான் எங்கிருக்கிறேன். சுத்தமாக விளங்கவில்லை. மூளையைக் கசக்க கொஞ்சம் பிடிபட்டது. இது திருச்சி வீடு... வேகமாக வீட்டிற்குள் கிட்சன், ஹால், வாசல் பின்பக்கக் கிணறு, வாசலில் உள்ள தண்ணீர்த் தொட்டி, அருகில் உள்ள பவழமல்லிச் செடி, தண்ணீர் இறைக்கும் மோட்டார் உள்ள சின்ன ரூம், மொட்டை மாடி, மனம் அலை பாய்ந்தது. அம்மாவைக் காணவில்லை.

ரேவதியம்மா வீட்டிற்குப் பேசப் போயிருப்பார். இப்போது எங்கு? எந்த வருடம்? மனம் அலைபாய்ந்தது?

ஹாலில் உள்ள டிவிக்கு அருகே ஆணி அடித்து மாட்டப்பட்டிருக்கும் கேலண்டர் நினைவுக்கு வர, பாய்ந்து போய்ப் பார்த்தால் 21/05/1991. ஐயோ பள்ளிக்கூடக் காலம். சம்மர் ஹாலிடே என்பதால் அம்மா

எழுப்பவில்லை. பள்ளி நாட்களில் கண்டிப்புடன் காலை ஐந்து மணிக்கு எழுப்பிவிடுவார்.

கடல் அலைகளைக் காட்டிலும் மனம் ஆர்ப்பரித்தது. நிலைகொள்ள முடியாது தவித்தது. என்ன யோசித்தும் எதையும் கிரகிக்க முடிய வில்லை. பல் துலக்க, குளிக்க சாப்பிட... எதுவும் பிடிக்கவில்லை.

பக்கத்தில்தான் முரளி வீடு. அதைத் தாண்டினால் கிரவுண்ட் மணி, சதீஷ், R. பாபு, நெட்டை பாபு... எல்லாரும் விளையாடிக்கொண்டு இருப்பாங்களா? எதுவுமே புலப்படவில்லை. துளித் துளியாக ஏதோ சொட்டியது ஆனால் எதுவும் வலுவாக உருப்பெறவில்லை. மனம் அடங்கத் துவங்கியது.

மாலை எட்டு மணி மீண்டும் மனம் விழித்துக் கொண்டது. மனதில் களைப்பில்லை. நிதானமாக யோசிக்கவும் முடிந்தது. திடீரென மனம் படபடக்கத் துவங்கியது. ஐயோ இன்னிக்கு மே **21**, வருஷம் **1991**. ரேவதியம்மா வீட்டுக்கு அம்மா போயி... இன்னிக்கு நைட் தானே ராஜீவ் காந்தியை வெடிகுண்டு வெச்சு...

ஐயோ ஐயோ காலைல எதிர்த்த வீட்டு மாமி ராஜீவ் காந்தியை யாரோ சுட்டுட்டாங்களாம்னு சொன்னதைக் கேட்டு பக்கத்துத் தெரு கோயில் ஐயர் வீட்டுக்கு ஓடி...

''குண்டு வெடிச்சு பீஸ் பீஸ். அவர் கூட ஏகப்பட்ட ஆளுங்க செத்துட்டாங்க, ஊரே பதட்டமா இருக்கு சர்வேஸா.''

கடவுளே, கோயில் ஐயர் சொன்னதெல்லாம் நினைவுக்கு வருதே, இப்பவே இதை யார் கிட்டயாவது சொல்லணும். மனது துடித்தது. ஆனால் இயக்கம் துளி அளவு கூட இல்லை.

எவ்வளவு முயற்சித்தும் பலன் இல்லை. மயக்கம் உந்த மனம் மூடிக்கொண்டது.

விழிப்பு... எதிரே இருந்த சுவர்க் கடிகாரம் காலை மணி ஆறு என்று காட்டியது. அம்மா கோயிலுக்குப் போயிருப்பாள். மனம் பக்குவப் படாத பால்யத்தை நினைவுபடுத்தியது. பாய்ந்து சென்று மர்ஃபி ரேடியோவுக்கு அருகில் தொங்கிக்கொண்டிருந்த கேலண்டரை பார்த்தால்...

தேதி: *31/10/1984*

# ஆட்கொணர்வு

பிரவின் குமார்.S

''டிரைவிங்ல இருந்தேன்பா. அதான் கால் அட்டெண்ட் பண்ண முடியல... ப்ரீ ஆய்ட்டு நானே உனக்கு கால் பண்ணுவேனு தெரியும்ல.''

''சாரி பார்த்தி, நேத்து நான் கேட்டதுக்கு நீ எந்த ரிப்ளேவும் கொடுக்கல, அதான் கால் பண்ணேன்.''

''அப்பிடி எல்லாம் அவசரப்பட்டு எந்த முடிவுக்கும் வரமுடியாதுப்பா.. எனக்கு கொஞ்சம் யோசிக்கணும் டைம் கொடு...''

உயர் நீதிமன்ற வளாகத்தில் எனது பைக்கை பார்க்கிங் செய்துவிட்டு தம்புசெட்டி தெருவில் உள்ள மாதவன் அசோசியேட்ஸ்-ற்கு விரைந்து கொண்டிருந்தேன். வெயிட்டிங் காலில் எனது சீனியர் மாதவனின் முகம். பொருளாதார நெருக்கடியில் இருந்து மீள முயற்சிக்கும் இந்நேரத்தில் காதலியுடன் விவாதித்துக்கொண்டிருக்கும் அவகாசம் என்னிடம் இல்லை. அவளது அழைப்பை ஹோல்ட் செய்துவிட்டு என் சீனியரிடம் வழக்குகளின் விவரங்களைப் பற்றிப் பேசிக்கொண்டிருந்தேன்.

சீனியர் நீதிமன்றத்திற்குச் செல்ல கழுத்துப் பட்டையை அணிந்துகொண்டு ஆயுத்தமாக இருந்தார். அவரது அங்கியையும், நாடாவால் முடித்திருந்த பச்சைநிற வழக்குக் கட்டுகளையும் வைத்துக் கொண்டு இன்னொரு ஜுனியர் அவர் அருகில் நின்றிருந்தான்.

''என்ன பார்த்தி இவ்ளோ லேட்டா வர?''

''சாரி சார் பேசின் பிரிட்ஜ்ல டிராபிக் அதான் லேட்.''

''என்னபா நீ மட்டுமா வியாசர்பாடில இருந்து வர... எவ்ளோ பேரு வராங்க. இப்படி தினமும் லேட்டா வந்தா தொழில் கத்துக்க முடியாது தம்பி...''

அவருக்கு மறுமொழியக் காரணம் இருந்தும் அமைதி காத்தேன். மீண்டும் சீனியரின் குரல் அதிகாரம் செலுத்தியது.

''சரி பார்த்தி.. லட்சுமணன் கேஸ் பேப்பெர்ஸ் வந்துருக்கு. அத ஜெராக்ஸ் போட்டு டைப் செட் ரெடி பண்ணிடு. நான் பேமிலி கோர்ட் வரைக்கும் போய்ட்டு வந்துடுறேன்.''

எனக்கான வேலையை அவர் யோசிக்கவில்லை. சட்டம் படித்த எனக்கு எப்பொழுதும் கிளார்க் வேலை தயாராகவே இருந்தது. நான் மட்டுமல்ல, சென்னை உயர்நீதிமன்றத்தில் வாதாடிக்கொண்டிருக்கும் வழக்கறிஞர் பலரும் ஆரம்பக் காலத்தில் தைப்பதையும், ஒட்டு வதையும்தான் முதல் பயிற்சி வேலையாகச் செய்திருப்பார்கள்.

வழக்கமாகச் செல்லும் ஜெராக்ஸ் கடைக்குச் சென்று ஆவணங்களை நகல் எடுத்துக்கொண்டிருந்தேன். மின்னல் போன்று பச்சைநிற லேசர் லைட் வடிவிலான ஒரு வெளிச்சம் ஆவணங்களை நகல் எடுத்து வலதுபுறமாகத் தள்ளிக்கொண்டிருந்தது. உண்மையைப் பிரதிபலிக்கும் போலி ஆவணங்களாக உருமாறும் வெள்ளைக் காகிதங்களையே பார்த்துக்கொண்டிருந்தேன். விழி அசையாது அதைப் பார்த்துக் கொண்டிருப்பதும் ஒரு பயிற்சிதான். உண்மையைப் போலியாக்கும் ஒரு வித்தை. நான் படித்த சட்டமும் எனக்கு இதைத்தான் வலியுறுத்துகிறது. நீதிமன்றத்திற்குள் நுழையும் ஒவ்வொரு தருணமும் நான் கற்பிதம் செய்துகொண்டிருக்கும் விஷயம்.

எப்போதோ கண்ட கனவு வீட்டின் முகத்துச் சுவரில் காட்சி தரும், 'வழக்கறிஞர் பார்த்திபன்'. கருமையில் மொழுகிய பலகை, வெண்மையில் வரைந்த எழுத்துக்கள். அச்சிட சமயம் நேர்ந்தும் போலிச் சித்திரச் சாயலைப் பிரதிபலிக்குமோ என்னும் அச்சம். அதனாலேயே பொதுவெளியில் என் வழக்கறிஞர் பிம்பத்தைக் கழற்ற முயற்சி செய்கிறேன். இருந்தும் நான் அணியும் வெள்ளையும் கருப்பும் என்னை அடையாளப்படுத்துகிறது. வெப்பக் காற்றை உமிழ்ந்துகொண்டிருக்கும் ஆவணங்களை எடுத்துக்கொண்டு அலுவலகத்திற்குச் சென்றேன்.

குப்பாயம் அணிந்து திரிந்து கொண்டிருக்கும் வழக்கறிஞர்கள், தேனீர்க் கடையில் மாநாடு நடத்திகொண்டிருக்கும் இளசுகள், பொருட்களை ஏற்றுமதி செய்யும் கூலிகள், விளம்பரத் தாள் விநியோகம் செய்யும் ஊழியர்கள்... தினசரி காணும் காட்சிகள் தம்புசெட்டி தெருவில் அரங்கேறிக்கொண்டிருந்தன.

அலுவலகப் பெயர்களையே நோட்டம் விட்டுக்கொண்டு குழம்பிய நிலையில் தம்புசெட்டிச் தெருவை ஒருவன் கடந்து கொண்டிருந்தான். வழக்குகளை நடத்த பாரிமுனையில் விலாசம் தேடி அலைந்துகொண்டிருக்கும் மனிதர்களைப் பார்ப்பது வாடிக்கை யாகிவிட்டது. எப்படியேனும் அவன் தேடிக்கொண்டிருக்கும் விலாசம் அவனைக் கண்டடையும். நான் எனது அலுவலகத்திற்கு விரைந்தேன். மூன்றாவது மாடியில் என் அலுவலகம். லிஃப்ட்டிற் காகக் காத்துக்கொண்டிருக்கும் பலருக்கு மத்தியில் நானும் ஒருவனாக இருக்க விரும்பவில்லை. என் சுய முயற்சியிலேயே மேல வர எத்தனித்து, படியேறி அலுவலகத்திற்குச் சென்றேன். அவ்வப் போது வாட்ஸ்சப்பில் குறுஞ்செய்தி வந்ததற்கான ஒலி கேட்டுக் கொண்டே இருந்தது. நிச்சயம் அவள்தான். கொஞ்ச நாட்களாகவே அவள் பயத்தோடு போராடுகிறாள். எதிர்காலத்தை நினைத்து... அவள் குடும்பத்தை நினைத்து... என்னை நினைத்து...

ஆவணங்களைத் தயார் செய்து வரிசை எண்களைப் போட்டுக் கொண்டிருந்தேன்.. கதவை தட்டிக்கொண்டு லேசாக உள்ளே நுழையும் ஓர் உருவம். தம்புசெட்டி தெருவில் உள்ள பெயர் பலகையைப் பார்த்துக்கொண்டு திரிந்த அதே உருவம்.. அவன் தேடிக்கொண்டிருந்த விலாசம் இதுதானோ...

''மாதவன் சார் இருக்காங்களா...?''

வெயிலின் நீர் அவன் முகத்தில் பிரதிபலித்தது, கழுத்திலும் நெற்றியிலும் வழிந்துகொண்டிருந்த வியர்வை நீண்ட நேரத் தேடுதலின் குறியீடாக எனக்குத் தோன்றியது.

''கோர்டுக்கு போய் இருக்காங்க... நீங்க?''

''நான் பாலு. பெரம்பலூர்ல இருந்து வரேன். ஒரு கேஸ் விஷயமா அவர பார்க்கனும். நேத்தே பேசிட்டேன். அவருதான் இன்னைக்கு வர சொன்னாரு... அவருக்கு கால் பண்ணேன் ரீச் ஆகல...''

சீனியரின் அறைக்கு அவனை அழைத்துச்சென்றேன். அந்நிய தேசத்தைத் தஞ்சம் அடைந்த ஓர் பதற்றம் அவன் உடல் அசைவுகளில் தெரிந்தது. சற்று குள்ளமாக, கிராமத்து இளைஞனின் அடையாளங் களோடு காட்சியளித்தான்.

‘‘வெய்ட் பண்ணுங்க... சார் கொஞ்ச நேரத்துல வந்துடுவாரு.’’

ஏசியை ஆன் செய்துவிட்டு குடிக்கத் தண்ணீர் எடுத்து வந்து வைத்தேன். வேலைக்கு சேர்ந்த இந்த எட்டு மாதங்களில் நானாக எந்த ஒரு கிளையன்ட்டிடமும் சென்று பேசியதில்லை. பெரும் பாலும் சீனியர் கோர்ட்டுக்கும், கிளப்பிற்கும் சென்றுவிடுவார். அவர்களுடனான உரையாடல், சீனியர் எப்போது வருவார், எங்கு இருப்பார்... இதுபோன்ற வழமையான உரையாடல்களே நீண்டுக் கொண்டிருக்கும். ஆனால் இந்தக் கிராமத்து இளைஞனின் நிலை அறிய மனது ஏனோ துடித்துக்கொண்டிருந்தது.

‘என்ன கேஸ் விஷயமா பார்க்கணும்...?’’

நீண்ட நேர யோசனைக்குப்பின் அவன் மறுமொழிந்தான்.

‘‘என் வேய்ப் காணும்ணே. அவங்க அப்பா அம்மாதான் எங்கியோ மறைச்சு வெச்சுருக்காங்க.. மாதவன் சாரு ஏதோ பெட்டிஷன் போட்டு ஆர்டர் வாங்கலாம்னு சொன்னாரு. அதான் மெட்ராஸ்க்கு வந்தேன்.’’

என்னால் யூகிக்க முடிந்தது, காதல் விவகாரத்தில் தன் மனைவியைத் தொலைத்திருக்கிறான் என்று.

‘‘ஓ... மேரேஜ் ஆகி எத்தன மாசம் ஆகுது?’’

‘‘ஆறு மாசம் ஆச்சுனே. ஆனா ரெண்டு மாசத்துக்கு முன்னாடிதான் அவங்க வீட்டுக்கு தெரியும்.’’

அவன் நிலை முழுவதும் புரிந்தது. ஜாதியால் கடத்தப்பட்ட தன் காதலியையும், காதலையும் மீட்டெடுக்க சென்னைக்கு வந்திருக்கிறான். கண்ணைக் கட்டிகொண்டிருக்கும் நீதி தேவதையின் பார்வை அவன் திசை திரும்பாமலா போய்விடும்.

சற்று நேரத்தில் சீனியர் கழுத்துபட்டையையும், குப்பாயத்தையும் கழட்டிக்கொண்டே உள்நுழைந்தார். தாமாகவே இருவரும் எழுந்து நின்றோம்.

‘‘நீங்கதான் பாலுவா? தம்பி சேகர் எல்லாத்தையும் சொன்னாரு.. என்னால எதுவுமே நிச்சயமா சொல்ல முடியாது H.C.P. பெட்டிஷன் போட்டு பாப்போம் ஆர்டர் கிடைச்சா கிடைக்கலாம்.’’

‘‘சரிங்க ஸார்.’’

எந்த ஒரு முக மாறுதலுமின்றி தலையசைத்தான். கூடவே அவனது சிரிப்பையும் தொலைத்திருக்கிறான் என்பதையும் உணரமுடிந்தது.

ஆட்கொணர்வு மனுவைத் தட்டச்சு செய்ய சீனியர் என்னை அழைத்தார். சீனியர் ஒப்புவிக்கும் வார்த்தைகளைக் கவனித்து விரல்களின் வழியே கணினித் திரையில் பிரதிபலித்தேன். சீனியர் கேட்கும் சந்தேகங்களுக்கு பாலு யோசனையின்றி விடையளித்துக் கொண்டிருந்தான். கல்லூரிப் பேருந்து நிறுத்தத்தில் தன் காதலி லாவண்யாவைச் சந்தித்ததையும், அவள் மேல்வர்க்க சாதியின் குடும்பத்தைச் சேர்ந்தவள் என்பதையும், நண்பர்களின் துணையோடு இருவரும் பதிவுத் திருமணம் செய்துகொண்டதையும், இருவரையும் சேர்த்துவைப்பதாகச் சொல்லி லாவண்யாவை அவள் குடும்பத்தினர் ஏமாற்றி அழைத்துச் சென்ற விஷயத்தையும் தட்டச்சு செய்து கொண்டிருந்த மனுவின் மூலமாகத் தெரிந்துகொண்டேன்.

இடையில் நிறுத்தி சீனியர் அவனது சொந்தக் கதைகளைக் கேட்டுக் கொண்டிருந்தார். அவன் மனைவியை இழந்த இந்த மூன்று மாதத்தில் ஜாதியாலும் பணத்தாலும் விரட்டப்பட்டு வழி தேடி இங்கு வந்திருக்கிறான். அவன் அனுபவித்த வேதனைகளையும் போராட்டங் களையும் கேட்கும்பொழுது தட்டச்சு செய்துகொண்டிருந்த என் விரல்களுக்கு நடுக்கம் ஏற்பட்டது.

மனு தயார் ஆனதும் அதைப் பச்சைநிற பேப்பரில் பிரிண்ட் எடுத்து நானே அவனிடம் கையொப்பம் வாங்கினேன். கூடவே அவனது திருமணச் சான்றிதழையும், இருவரும் சேர்ந்து எடுத்த புகைப் படத்தையும், காவல் நிலையத்தில் கொடுத்த புகாரையும் எடுத்து வந்திருந்தான். அதையும் நகல் எடுத்து ஆவணங்களாகத் திரட்டி நீதிமன்றத்தில் பதிவு செய்ய விரைந்தேன்.

நீண்ட நேரமாக பேண்ட் பாக்கெட்டிற்குள் புதையுண்டு இருந்த செல்போனை எடுத்துப் பார்த்தேன். என் காதலியிடம் இருந்து பதினாறு வாட்ஸ்சப் மெசேஜ்களும் இரண்டு மிஸ்டு கால்களும் வந்திருந்தன. அவளைக் காக்கவைத்த என்மீதே எனக்கு எரிச்சலாய் வந்தது. சட்டென்று அவள் எண்ணிற்கு அழைத்தேன்.

ஆட்கொணர்வு மனுவைத் தாக்கல் செய்துவிட்டு அலுவலகத்திற்குத் திரும்பிக் கொண்டிருந்தேன். அவளைப் பற்றிய சிந்தனைகள் மீண்டும் மனதுக்குள் ஊடுருவியது. எதிர்காலத்தைப் பற்றிய கனவு, ஆசை, காத்திருப்பு அனைத்தும் சாதியால் சிதைந்துபோகுமோ என்று ஒவ்வொரு நாளும் பயம் கொள்கிறாள். படிப்பைக் காரணம்காட்டி, வேலையைக் காரணம்காட்டி இத்தனை வருடம் எனக்காகக் காத்திருந்தவள் இனி எதைக் காரணம்காட்டிக் காத்திருப்பாள். வரன் கேட்டு ஜாதிகள் அவள் வீட்டு வாசலைக் குழுமி இருக்கின்றன. தனி ஒரு நபராய் எத்தனை நாட்களுக்கு அதை விரட்டிகொண்டிருப்பாள்?

என் கரம் பிடிக்க அவள் துணிந்தபொழுதும் உதறித் தள்ளி மௌனம் காத்துக்கொண்டிருக்கிறேன். வெகுண்டு எழத் துணிச்சல் இல்லை என்று ஒருபோதும் அவள் நினைத்தது இல்லை. என் குடும்பம் கட்டமைத்த பொறுப்புகளும், இந்தச் சமூகம் கொடுத்த ஏற்ற தாழ்வுகளுமே என்னை ஆட்கொணர்வு செய்துகொண்டிருப்பதை அவள் அறிந்திருப்பாள். அதிலிருந்து மீளமுடியாமல் தவிக்கும் இந்நிலையில் அவளின் கரம்பிடிக்க எப்படி நான் துணிவது...?

சீனியர், வாட்ச்மேனை அனுப்பி சங்கீதா ஹோட்டலிலிருந்து பாலுவுக்கு மதிய உணவு வாங்கிவர ஏற்பாடு செய்தார். பாலுவும் எங்களுடன் மதிய உணவில் கலந்துகொண்டான். கோர்டில் இருந்து வந்த மற்ற ஜூனியர்களும் ஒவ்வொருவராக எங்களுடன் கலந்துகொண்டனர். பாலு சங்கோஜத்தில் சரியாகச் சாப்பிடாமல் பாதியிலேயே எழுந்துகொண்டு சீனியரின் அறைக்குச் சென்று காத்திருந்தான். அவன் சென்றபின் சீனியரும் மற்ற ஜூனியர்களும் அவன் வழக்கைப் பற்றி விவாதித்துக்கொண்டிருந்தனர்.

நான் மீண்டும் மனுவைப் பதிவு செய்யும் பிரிவிற்கு சென்று ஆட்கொணர்வு வழக்கு எண்ணைப் பெற்று வந்து சீனியரிடமும் பாலுவிடமும் கொடுத்தேன். நாளை பாலுவின் வழக்கு விசாரணைக்கு வருகிறது. இன்று இரவு எங்கு தங்குவதாக உத்தேசம் என்று சீனியர் கேட்டதற்கு வேளச்சேரியில் உள்ள தன் நண்பனின் அறையில் தங்க இருப்பதாகச் சொல்லி பாலு எங்களிடமிருந்து விடைபெற்றான்.

நானும் பாலுவும் படியிறங்கிக் கீழே வந்தோம். அவன் விருப்பமின்றி நம்பிக்கை வார்த்தைகளை அவனுள் திணித்தேன். அவன் கடந்து வந்த மனிதர்களுடன் ஒப்பிட்டால் என்னுடைய வார்த்தைகள் வலுவற்றதாகவும் அர்த்தமற்றதாகவும் அவனுக்குத் தோன்றும். தனது செல்போனில் யாருக்கோ மீண்டும் மீண்டும் தொடர்பு கொண்டிருந்தவனுக்கு விரக்தியும், ஏமாற்றமுமே பரிசாகக் கிடைத்தன.

''என்ன ஆச்சு பாலு யாருக்கு ட்ரை பண்ணிட்டு இருக்க...?''

''என் பிரண்ட்டுக்குதாண்ணே.. அவனோட நம்பர் ஸ்விட்ச் ஆப்னு வருது. அவனோட அட்ரஸ் வேற என் கிட்ட இல்ல... இங்க எதனா லாட்ஜ் இருக்கா...?''

இன்று இரவு மட்டும் எங்கேயாவது அவன் தங்க நேர்ந்தால் நாளை அவன் வழக்கை முடித்துக்கொண்டு ஊருக்குத் திரும்பிவிடுவான். சென்னை நாளை அவனை சிரிக்க வைக்கிறதோ இல்லை அழவைக்கிறதோ... சட்டென்று ஒரு யோசனை தோன்றியது.

பெரம்பூரில் அறை எடுத்துத் தங்கியிருக்கும் என் நண்பனுக்கு கால் செய்து பாலுவை இவ்விரவு தங்கவைப்பதற்கான அனுமதியைப் பெற்றேன். பாலு அங்கு தங்க அசௌகரியமாக உணர்ந்தானோ தெரியவில்லை, நானும் இரவு தங்குவதாகச் சொன்னவுடன் ஒப்புக் கொண்டான். நண்பனின் எண்ணும் விலாசமும் கொடுத்து அவனை வழியனுப்பினேன். அலுவலகத்தில் உள்ள பிற வேலைகளை முடித்துக்கொண்டு வியசார்பாடியில் அத்தோவும், பரோட்டாவும் வாங்கிக்கொண்டு இரவு ஒன்பது மணியளவில் நண்பனின் அறைக்குச் சென்றேன்.

பாலு என் நண்பனின் கைலியைக் கட்டிக்கொண்டு தன் காதலியுடன் எடுத்த புகைப்படங்களைப் பார்த்துக்கொண்டிருந்தான். மூவரும் சாப்பிட்டோம். பாலு அதிகமாக எங்களுடன் உரையாடலில் கலந்து கொள்ளவில்லை. எங்கள் கேள்விக்கு ஆமாணே... இல்லணே... இதுபோன்ற பதில்களையே தொடர்ச்சியாகக் கொடுத்துக் கொண்டிருந்தான். என் காதலியுடனான வாட்ஸ்சப் உரையாடல் களைத் தள்ளிவைத்துவிட்டு பாலுவிடம் பேசிக்கொண்டிருந்தேன். பெரும்பாலும் லாவண்யா என்னும் பெயரையே நிமிடத்திற்கு நிமிடம் உச்சரித்துக்கொண்டிருந்தான். லாவண்யாவைச் சந்தித்தது, அவளுடன் பழகியது, அவளைத் திருமணம் செய்தது, இப்படியே அவ்விரவு முழுவதும் பேசிக்கொண்டிருந்தான். இந்நேரம் லாவண்யா அவனுடன் இருந்திருந்தால் என்னுடன் புலம்பிகொண்டிரும் அவசியம் அவனுக்கு நேர்ந்திருக்காது.

பாலுவை பதினோரு மணிக்கு நீதிமன்றத்திற்கு வரசொல்லிவிட்டு விடியற்காலை எழுந்து என் வீட்டிற்குத் திரும்பினேன். வழக்கத்தை விட விரைவாகவே அலுவலகத்திற்குச் சென்றேன். அலுவலகம் வந்து சேரும் வரையிலும் பாலுவின் வழக்கைப் பற்றிய சிந்தனைகளே மனதில் ஓடிக்கொண்டிருந்தன. பாலுவின் வழக்கிற்காக சீனியருடன் செல்ல உத்தேசித்திருந்தேன். ஆனால் வழக்கமாக எழும்பூர் நீதிமன்றத்திற்குச் செல்லும் ஒரு ஜூனியர் என்னிடம் வழக்கின் கட்டுகளைக் கொடுத்து வாய்தா வாங்கி வரும்படிச் சொல்லி அனுப்பிவிட்டார். அவருடன் விவாதிப்பதற்கோ, அவர் கொடுத்த வேலையைப் புறக்கணிப்பதற்கோ எனக்கு உரிமை இல்லை. அனுபவத்தின் பார்வையில் பார்த்தால் அவரும் எனக்கு சீனியர். அனுசரித்துப் போவதே இங்கு எழுதப்படாத விதி. அதைக் கடைப்பிடித்தாகவேண்டிய கட்டாயத்தில் அலுவலகத்தைவிட்டு வெளியேறினேன்.

பாம்பின் ஓட்டமாய் எழும்பூர் நீதிமன்றதிற்குச் சென்று வாய்தா வாங்கினேன். இடையில் பாலுவின் எண்ணிற்கு அழைத்தும் அவன்

எடுக்கவில்லை. தன் மனைவியின் வருகைக்காக எதிர்பார்த்துக் கொண்டிருந்தவனுக்கு ஜாதியால் பூட்டப்பட்ட கதவை உடைத்து வழிவகுக்க நீதிமன்றம் அவனுக்குக் கருணை காட்டியிருக்கக் கூடும். ஒருவேளை அவன் கரங்களை அப்பூட்டுடன் சங்கிலியால் பிணைத்து, கலப்புத் திருமணம் செய்பவர்களுக்கு இந்நீதிமன்றம் எச்சரிக்கை விடுக்கலாம். ஜாதியும் காதலும் தொங்கிக்கொண்டிருக்கும் நீதித் தராசில் ஜாதியின் அழுத்தமே காதலர்களின் கழுத்தை நெருக்கிக் கொண்டிருக்கிறது.

அலுவலதிற்கு வந்ததும் நேராக சீனியரின் அறைக்குச் சென்றேன், சீனியரின் வார்த்தைகளுக்கு பாலு மௌனம் காத்தபடி இருந்தான்.

''இத எல்லாம் தூக்கி போடு தம்பி. உனக்கான குடும்பத்த காலம் அமைச்சு கொடுக்கும். இப்போ நீ உன் குடும்பத்தப் பாரு, உனக்கும் பொறுப்பு இருக்கு. தங்கச்சி வேற இருக்குதுனு சொல்லுற. அந்த பொண்ணுக்குனாச்சு ஒரு நல்ல வாழ்க்கைய நீ அமைச்சு கொடுக்க வேணாமா..?''

சீனியர் என் பக்கம் திரும்பினார். நான் சென்று வந்த வழக்கு அடுத்து இரண்டு வாரத்திற்கு ஒத்திவைத்திருப்பதாகச் சொன்னேன். இருவரின் முகபாவனைகளும் அறையில் சூழ்ந்த அமைதியுமே நிலவரத்தை எடுத்துச்சொல்லியது. நீதிக்காகக் காத்திருந்தவனை நீதிமன்றம் விரட்டியடித்திருக்கிறது. சீனியரின் செல்போனிற்கு வேறொரு அழைப்பு வர, அறையிலிருந்து பேசிக்கொண்டே வெளியேறினார். நான் பாலுவிடம் பேச்சுக் கொடுத்தேன்.

''என்ன ஆச்சு பாலு...?''

என் முகத்தைத் திரும்பி பார்த்தவனின் கண்கள் சிவந்திருந்தன, தொண்டையில் சிக்கியிருந்த வார்த்தையை வெளிக்கொண்டுவர பிரயத்தனப்பட்டுக்கொண்டிருந்தான்.

''பொண்ணு பெத்தவங்க கூட இருக்குறதுனால கடத்தல் ஆகாதாம். அது இல்லீகல் இல்லனு கோர்ட் கேஸ்ச டிஸ்மிஸ் பண்ணிடுச்சுணே.''

அதன்பின் பேச எனக்கும் எந்த வார்த்தைகளும் இல்லை. அவன் நிலை உணர்ந்து பரிதாபப்படுவதற்கான நேரம் மட்டுமே என்னிடம் இருக்கிறது. சிறிது நேரத்திற்குப்பின் சீனியரும் அறைக்குள் நுழைந்தார்.

''சரி தம்பி நீ ஊருக்கு கிளம்பு. இப்போ தான் சேகர்கிட்ட பேசுனேன். நீ கொஞ்சம் பொறுமையா இரு... வேற எதனா பண்ணமுடியுதானு பாப்போம்.''

பாலுவும் அவருக்கு நன்றி சொல்லிவிட்டு, கிளம்புவதற்குத் தயாரானான். சட்டென்று என் பக்கம் திரும்பிய சீனியர் பாலுவை கோயம்பேடு வரை அழைத்துச் சென்று விடமுடியுமா என்று கேட்டுக் கொண்டார். நானும் பைக் சாவியை எடுத்துக்கொண்டு பாலுவை வழியனுப்ப கீழே இறங்கினேன். பாலுவும் என்னைப் பின்தொடர்ந்தான்.

கோயம்பேடு செல்லும் வரையிலும் பாலு எதுவும் பேசவில்லை. எனக்கும் அவனிடம் பேச வார்த்தைகளைத் தேடவேண்டி இருந்தது. வந்தாரை வாழவைக்கும் சென்னை அவன் வாழ்கையை நடு நட்டாந்தரையில் நிற்க வைத்து அவனைத் திருப்பி அனுப்புகிறது. பாலுவுக்குக் கை குலுக்கி லேசாக அவனை அரவணைத்தேன்.

''இன்னும் நிறைய போராடவேண்டி இருக்கு பாலு, எதுக்கும் வருத்தப்படாத. எல்லா மனிதர்களும் மாறத்தான் போறாங்க. நிச்சயமா நல்லது நடக்கும்.''

''ஒவ்வொரு நாளும் லாவண்யா உயிரோடு இருக்கணும்னு தாண்ணே வேண்டிட்டு இருக்கேன். அவ எதனா பண்ணிப்பாளோ, இல்ல அவ பெத்தவங்க எதனா பண்ணிடுவாங்களோனு தான்னே பயமா இருக்கு.''

''புரியுது பாலு. காதலிக்குற உரிமைய மட்டும்தான் இந்த சொசைட்டி நம்மளுக்கு கொடுத்திருக்கு. சேர்ந்து வாழுற உரிமைய இன்னும் கொடுக்கல... பார்த்து போ, ஊருக்கு போனதும் மெசேஜ் பண்ணு.''

பாலு என்னிடமிருந்து... நீதிமன்றத்திடமிருந்து... சென்னையிட மிருந்து... விடைபெற்றான். நீதி தேவதையின் கண்கள் மட்டுமல்ல, உடலும், மனதும் கூட கட்டப்பட்டிருப்பதை இந்நேரம் அவன் உணர்ந்திருப்பான்.

என் காதலி லாவண்யா என் எண்ணிற்கு அழைத்திருந்தாள். ஆனால் நான் பாலு அல்ல, என் பெயர் பார்த்தி. நாளை பாலுவாக மாறும் நிலைமையும் எனக்கு ஏற்படலாம். என் காதலியிடமிருந்து வந்த அழைப்பைத் தவிர்ப்பதா இல்லை எடுப்பதா என்று யோசித்துக் கொண்டே பைக் பார்க்கிங் செய்திருந்த இடத்திற்குச் சென்றேன்.

# ஆர்வலர்

R.காளிப்ரஸாத்

குத்தூஸ் தன் தெருமுனைக்கு வந்தபோது அவருக்கு எதிர்த் திசையிலிருந்து வந்த இருவர் ''கம்யூனிட்டி ஹாலுக்கு எப்படி போகனும்'' என வழி கேட்டனர். அவர்கள் வண்டியின் முன்புறம் தேனீர் நிரப்பிய பெரிய குடுவை அடியில் குழாயுடன் இருந்தது. பின்னால் இருந்தவர் கையில் பெரிய பிஸ்கெட் பொட்டலங்களும் இருந்தன. அவர்கள் வழி கேட்டுச் சென்றபின் அவர்கள் சென்ற பாதையிலேயே அதே சமுதாயக் கூடத்தை நோக்கி குத்தூஸும் நடந்தார்.

இவரை அங்கு கண்டு அவர்களும் சற்று வியப்படைவார்கள் என நினைத்துக்கொண்டார். இன்று அங்கு நடக்கும் ஜான்சி நகர் நலச் சங்க கூட்டத்திற்குத்தான் அவரும் செல்கிறார். இன்றையக் கூட்டத்தின் துவக்க விதை இந்தத் தெருமுனையில் அதுவும் இந்த இடத்தில்தான் நிகழ்ந்தது.

அன்று காலை சுகாதார ஆய்வாளர் வந்தபோது எப்போதும் போல ராஜசேகருக்கும் சுந்தர்ராமுக்கும் பெரிய விவாதமே நடந்தது. அந்தப் பகுதியின் குப்பை தூர்வாரப்படாமல், பன்றிகள் கூட்டமாக அங்கு புழங்குவதுதான் முக்கியக் காரணம். குப்பைகளைவிடப் பன்றிகள் பெரிய பிரச்சினையாக இருந்தன.

''எல்லாப் பன்னியையும் தூக்கிட்டுப்போய் சுட்டுப் போடுங்க'' என்றார் ராஜசேகர்.

''குப்பையை எடுத்துட்டுப் போங்க... பன்னிங்க தானா போயிரும்.'' இது சுந்தர்ராம்.

''போட்க்ளப் ரோடுல அண்ணாநகர்ல ஒரு பன்னியாவது கண்ல படுமா...? எல்லாத்தையும் கொண்டுவந்து இங்கவுட்டுட்டாங்க...''

''அங்க இருக்கிறவங்க மாதிரி நீங்களும் குப்பையை தொட்டில போடுங்க. நீங்களே சோறு போட்டா உங்களத்தான் சுத்தி சுத்திவரும்.''

அரைமணிநேரம் நீடித்துக்கொண்டு போனது அந்தப் பேச்சு. ராஜசேகர் மற்றும் சுந்தர்ராமின் டாம் அண்ட் ஜெர்ரி பிரச்சினை ஒரு முடிவை எட்டி நகர்வாசிகள் கண்டதில்லை.

ஜான்ஸி நகரில் குத்தூஸ் வீட்டின் காம்பவுண்டிற்குப் பக்கத்தில் சந்து என்றும் மனை என்றும் சொல்லமுடியாத ஒரு இடம் கேட்பாரற்றுக் கிடக்கிறது. செடிகளும் புதர்களுமாக இருக்கும் அந்த இடம். குத்தூஸும் மீந்து போன உணவை அவ்வப்போது அங்கு கொட்டுவதுண்டு. சேறும் சகதியுமாகவே இருக்கும் எப்போதும். அந்தச் சேற்றுக்குதான் பன்றிகள் வருகின்றன.

''சம்பத் சார்! பொது வேலைன்னா எடுத்து செய்யறீங்க. நாலு விஷயங்களும் தெரிஞ்சு வச்சிருக்கீங்க... என்னை கூப்டுட்டு வந்துட்டு சும்மா நின்னா எப்படி சார்? எதாச்சும் சொல்லுங்க!'' என்றார் ஆய்வாளர் சம்பத்தை நோக்கி.

சம்பத் காய்ந்த மாலையை இன்னும் தன் வண்டியிலிருந்து கழட்டி யிருக்கவில்லை. வண்டி எண்ணும் இன்னும் வரவில்லை. பழைய வண்டி ஓரளவு நல்ல விலைக்குப் போனது. பன்னி இடிச்ச வண்டின்னு விற்கும்போது சொல்லக்கூடாது என அவர் அறிந்தே இருந்தார்.

''மாநகராட்சிலேந்து வந்து மத்த இடங்களிலெல்லாம் பூங்காவே வச்சுத் தரீங்க. ஆனா எங்க நகர்ல மட்டும் இன்னும் நாயும் பன்னியும் மேயுது. பன்னிய தூக்கிட்டுப் போவீங்களோ, இல்ல குப்பையை எட்டுத்துட்டுப் போய் பன்னிய விரட்டுவீங்களோ, எல்லாம் உடனடியா பண்ணனும். அதான் உங்களை கூட்டு வந்தேன்'' சம்பத் தொடர்ந்தார்.

''இப்ப நம்ம பாயை எடுத்துக்கங்க. அவங்க வீட்ல எல்லோரும் அஞ்சு வேளை தொழறவங்க. அப்ப பன்னி சத்தம் கேட்டா அவங்களுக்கும் அது ஹராம் இல்லையா...? நாமதான் சார் ஏதாவது செய்யனும்.''

குத்தூஸ் சம்பத்தை வெறுமனே பார்த்துக்கொண்டிருந்தார்.

சம்பத்திற்கு ஹராம் எல்லாம் தெரிந்திருக்கிறது. அவர் தன்னை வழியில் எங்கு பார்த்தாலும் தன் கையில் இருக்கும் காய்கறிப் பையைக் கண்டும் தொழுகைக்குப் போயிட்டு வறீங்களா என்றுதான் கேட்பார். அப்படிப் பொதுவாகவும் கேட்கமாட்டார். நேரத்துக்குத் தகுந்தபடி ளுகரா, அஸரா என்றுதான் கேட்பார்.

குத்தூஸ் தாம் கடைசியாக ஐந்துவேளை தொழுதது எப்போது என யோசித்தார். மதியமும் மாலையும் முடிவதே இல்லை. மகனும் ஐந்து வேளைகள் தொழுவதில்லை. அலுவலகத்திற்கு ரெண்டுங் கெட்டானாக மதியம் மூன்று மணிக்குக் கிளம்பிப்போய் காலை ஐந்து மணிக்கு வருகிறான்.

ஆனால் சம்பத் சொன்ன கருத்துக்கு மாற்று என யாரும் சொல்ல வில்லை. அன்று மாலை இருவர் வந்து ஒரு கயிற்றை நீட்டிப்பிடிக்க, மற்றொருவர் துரத்த, ஓடிவந்த பன்றிகளில் ஒன்றைக் கயிற்றில் தடுக்கிவிட்டுப் பிடித்துச்சென்றனர். ஆய்வாளர் வந்ததற்கும் இதற்கும் தொடர்பில்லை. வாரம் ஒரு பகுதியில் இது நடக்கும். பின் ஞாயிறு அன்று புளியமரத்தடியில் பாளம் பாளமாகக் காணக் கிடக்கும் இறைச்சியாகச் சென்றுவிடும். அந்தப் பன்றியின் கேவல் வெகுநேரத்திற்குக் கேட்டுக்கொண்டுதான் இருந்தது.

‘பன்றியின் சத்தம்கூட ஹராமா என ஜமாத்தில் கேட்கவேண்டும்’ என நினைத்துக்கொண்டார் குத்தூஸ்.

ஓல்ட் மெக்டோனால்ட் என்று இம்ரான் அவரை அழைப்பான். அவனைப்பார்த்து பிற குழந்தைகளும் அதையே சொல்லத் துவங்கின. அவர் வீட்டுப் பக்கத்திலிருக்கும் அந்த இடத்தில் ஒவ்வொரு முறை மாட்டையோ நாயையோ பன்றியையோ பார்க்கையில்,

மூம்மூ ஹியர்...

ஒய்ங்க் ஒய்ங்க் ஹியர்...

பவ் பவ் ஹியர்...

எனப் பாடுவான். கூட பஷிராவும் கையை அசைத்து ஆடுவாள். அவர் மகன் வேலைக்குப் போய்வந்து காலையில் தூங்கும்போது அவர் பேரக்குழந்தைகளை சிலநேரம் வெளியே அழைத்து வந்து நிற்பார். அப்போதுதான் இந்தப் பாடல். சில நேரங்களில், பன்றிகளைக் கல்லால் அடித்தும் கம்பை வீசியும் துரத்தியடிப்பார். அவர் ஹ்ஹேய் எனக் கையை ஓங்கியதுமே அவை ஓடத்துவங்கும்.

அன்று இரவு நல்ல மழையில்தான் அந்தச் சத்தம் கேட்டு விழித்துக் கொண்டார் குத்தூஸ். சில நாட்களாகவே சினைப்பன்றி வந்து

செடியோரம் ஒதுங்கியிருப்பதை ஜைனம் சொல்லியிருந்தாள். மழைக்குமுன் ஈன்றிருக்கவேண்டும். நேரம் செல்லச்செல்ல சத்தம் வலுத்தது. மழையும்தான். குத்தூஸ் தன் மகனை எழுப்பி இருவரு மாக அவசரகால விளக்கை எடுத்துக்கொண்டு தன் வீட்டுக் கொல்லையில் சாய்த்து வைக்கப்பட்டு சும்மா கிடந்த பிளாஸ்டிக் கூரையை எடுத்துச்சென்று மதிலுக்கும் ஒரு தடித்த செடிக்கும் இடையே போட்டு, பன்றிமீது மழை விழாமல் குடை போல வைத்து விட்டு வந்தனர். சிறிது நேரத்தில் சத்தம் நின்றதோ அல்லது அவர் தூங்கினாரோ என அவருக்கு நினைவில்லை.

சூரியன் நன்றாகப் பல்லைக்காட்டிய காலையில் பன்றிக்குட்டிகள் தாய்ப்பன்றி மீது புரண்டு கிடந்தன. இம்ரான் மாடியிலிருந்து பொம்மை பைனாகுலரில் பார்த்தபடி ஒவ்வொரு குட்டிக்கும் டோரா, ஜூலி, சிங்சாங், ஹடோரி, பீம், சுக்கி எனப் பெயர் வைத்தான். குத்தூஸ் தன் வீட்டில் இருந்து சமைத்தது போக எஞ்சிய காய்கறிக் கழிவுகளை மதில்வழியாக பன்றிக்கு விட்டெறிந்தார். அது எழுந்து வந்து உண்டுவிட்டு, திரும்ப இவர் முகத்தைப் பார்ததது.

மீண்டும் வீட்டிற்குள் போய் முழு கேரட்டுகளை எடுத்துவந்தார். ஒவ்வொன்றாக அதற்குப் போட்டார்.

அன்று மதியம் மகன் வேலைக்குக் கிளம்புகையில் அவரை அழைத்து முகநூலில் 'அன்புக்கு ஹராம் ஏதுமில்லை' என்ற வசனத்துடன் பன்றிக்கு கேரட் போடும் அவர் படம் வந்திருந்ததைக் காட்டினான். அவர் என நினைத்துப் பார்த்தால்தான் அவர் எனப் புரியும்வண்ணம் நல்லதொரு நிபுணத்துவத்துடன் அந்தப் படம் எடுக்கப்பட்டிருந்தது. ஜான்ஸி நகரின் மக்கள் அதற்கு விருப்பக்குறி இட்டிருப்பதைச் சொன்னான். ராஜசேகர் தன் கண்டனத்தையும் சுந்தர்ராம் தன் அன்பையும் குறியிட்டிருப்பதாக அவன் மேலும் கூறிச் சென்றான். ராஜசேகர் நேரிலும் தன் எதிர்ப்பைத் தெரிவித்திருந்தார். சில முகநூல் குழுக்களில் இது ஏன் ஹராம் என விவாதிக்கப்பட்டது.

''பன்றியைத் தின்பதுதான் ஹராம் என்றில்லை, வளர்ப்பதுகூட ஹராம்தான்'' என ஒருவர் போட்டிருந்தார். அவருக்கு பலர் தன் கோபக்குறியையும் பலர் கட்டைவிரல் உயர்த்தி வெற்றிச் சின்னத்தையும் அளித்திருந்தனர்.

''இவர் வளர்க்கவில்லை. பொதுவாகத் திரியும் ஒன்றிற்கு உணவிடு கிறார். இதைத்தான் அன்பு மார்க்கம் போதிக்கிறது'' என்று ஒருவர் அளித்த பதிலுக்கு, முன்பு பதிவிட்டவரே வெற்றிச்சின்னத்தைக் காட்டியிருந்தார். பள்ளிவாசலிலும் இதைப்பற்றிப் பேசினார்கள்.

''எதுக்கு வாப்பா இந்த வேலை உனக்கு'' என்று சலித்துக் கொண்டான் அன்வர். குட்டிகளைப் பார்க்கவேண்டும் என அடம்பிடித்த இம்ரானுக்கு ஒருமுறை அடிகூட விழுந்தது.

''தலைவரே! உங்களுக்கு ஒரு சேதி தெரியுமா? இதுதாண்டா இந்தியா குரூப்பில் மட்டுமே உங்கபடம் இன்னிய தேதிக்கு ஐம்பதுலட்சம் லைக் வாங்கிடுச்சு'' என்றான் சுந்தர்ராம். அப்போது சமுதாயக் கூடத்தின் வாசலுக்கு வந்திருந்தார் அவர்.

பன்றிப் பிரச்சினையையும் துப்புரவுப் பிரச்சினையையும் தீர்த்ததற் காக குத்தூஸுக்கு இன்று பாராட்டும், ஜான்ஸி நகர் நல சங்கத்தின் தலைவராக ராஜசேகர் சுந்தர்ராம் என இருவராலுமே முன்மொழியப் பட்டு பொறுப்பேற்பதும் என ஒரு சேர நடக்கும் கூட்டம் இது. அதனால்தான் தலைவரே என்ற இந்த விளி.

துப்புரவுத்துறை ஆணையர் தலைமையில் நடந்த கூட்டத்தில் கவுன்சிலரும் காவல்துறை மற்றும் சுகாதரத்துறை ஆய்வாளர்களும் கலந்து கொண்டனர். சம்பத் உரையாற்றினார்.

''நாமளும் எவ்வளவோ முயற்சித்துப் பார்த்தோம். அடிச்சுப் பார்த்தோம். துரத்திப் பார்த்தோம். நம்ம ஹெல்த் இன்ஸ்பெக்டர்கூட பல தடவை மாநகராட்சியுடன் போராடிய ஒரு விஷயம் இது. ஆனால் பன்றிகள் செல்லவில்லை. ஆனால் நம்ம பாய் என்ன பண்ணினாரு? அவைகளிடம் அன்பால் பேசினார். மழைக்காலத்தில் அவைகளுக்கு ஒதுங்க இடம் அளித்தார். பசிக்கு உணவு போட்டார். பிறகு அவைகளிடம் எடுத்துரைத்தார். அவைகளால் தனக்கு எவ்வளவு பெரிய ஹராம் ஏற்படுதுன்னு சொன்னார். அவர் ஐந்து வேளை தொழுத அந்த எல்லாம் வல்ல பேரருளாளனின் கருணையால் பன்றிகளுக்கு அவர் நிலை புரிந்து தாமே நம் நகரைவிட்டு விலகின. இதைத்தான் வள்ளுவர் தெய்வத்தால் ஆகாதெனினும் முயற்சி தன் மெய்வருத்தக்கூலி தரும்னு சொல்றார். குத்தூஸ் பாய் நம்ம தலைவரா பொறுப்பேற்று இனி நம்ம தண்ணீர், தெருவிளக்கு பிரச்சினை யெல்லாம் தன் அன்பால் தீர்த்துவைப்பார்.''

குட்டிகள் சிலநாட்கள் ஆன நிலையிலும் குத்தூஸ் கவனமாக யாரும் போட்டோ எடுத்துவிடாவண்ணம் ஜன்னல் வழியே கேரட், பீட்ரூட் துண்டுகள், முட்டைகோஸ் என விசிறியெறிந்து பன்றிக்கு உணவிட்டு வந்தார். அன்று அன்வர் தூங்கிக்கொண்டிருந்தபோது இம்ரானைப் பார்த்துக்கொள்ளச் சொல்லிவிட்டு குழந்தையைத் தடுப்பூசிக்குத் தூக்கிச்சென்றிருந்தனர். இம்ரான் மாடிவழியே எக்கி எக்கி குட்டிகளைப் பார்த்துக்கொண்டிருந்தான். குட்டிகளில் டோரா மட்டும் தனியாகக் குதித்து விளையாடிக்கொண்டிருந்தது.

மற்றவைகள் தூங்கிக்கொண்டிருந்தன. தாய் அருகில் இல்லை, எங்கோ இரைதேடிச் சென்றிருந்தது.

''தாத்தா! எனக்கு ஒரு ப்ராமிஸ் பண்ணுவியா?''

''சொல்லுப்பா!''

''இல்ல, ப்ராமிஸ் பண்ணு!''

''ப்ராமிஸ். சொல்லு!''

''டோராவ எடுத்துத் தரியா? விளையாடிட்டுத் தரேன்.''

குத்தூஸ் ஒரு ஸ்டூல் போட்டு மதில் மேல் வயிறு பதிய குனிந்து கைநீட்டி மெல்லத் துழாவி அதை எடுத்தார்.

வெதுவெதுப்பாக இருந்த தண்ணீரை ஊற்றித் துடைத்தார். துணியைச் சுற்றி தன் கையில் லாகவமாக வைத்தபடி இம்ரானிடம் காட்டினார். இத்தனை களேபரத்திலும் யாரும் போட்டோ எடுக்கிறார்களா என முன்னும் பின்னும் பார்க்கத் தவறவில்லை. ஒரு முன்னெச்சரிக்கையாக, குல்லா போடவில்லை என்பதையும் உறுதிசெய்துகொண்டிருந்தார்

''தாத்தா முயல்குட்டி போல இருக்கு... அணில் போல இருக்கு...''

அவன் சிறு தட்டை முறுக்குபோல வட்டமாக இருந்த அதன் வாயின் முன் தன் வாயைக் குவித்து அதே போல வைத்துக்கொண்டு வும் வும் எனப் பார்த்து பார்த்து டோரா டோரா எனத் தலையாட்டிக் கூவி விளையாடினான்.

''டோராக்கு சாக்லேட் எடுத்துட்டு வறேன்'' என்று உள்ளே ஓடினான்.

அணில் குஞ்சு போலத்தான் இருந்தது. மெல்ல வருடினார். அது கையில் துள்ளியபடி இருந்தது. அப்போதுதான் தன் அடிவயிற்றைக் கலக்கிய அந்த உறுமலைக் கேட்டார். தன் உடலின் மொத்தத் துடிப்பும் அடங்க, திரும்பிப் பார்த்தார். அன்னைப் பன்றி ஒருமுறை மதிலை முட்டியது. பின், பின்னே சென்று அவரைப் பார்த்து உர் என உறுமியது. பின் மீண்டும் அவரை நோக்கிப் பாய்ந்தது. சுவற்றை பெயர்த்துக்கொண்டு வந்து தன் மீது பாய்வதுபோல உணர்ந்தார். மதில் அதிர்ந்தது. உடல் நடுக்கம் குறையாமல் மதிலுக்கு அந்தப் பக்கம் டோராவை விட்டார். இறங்கி நின்ற பிறகும் உடல் அதிர்ந்தது. நெஞ்சு படபடவென அடித்துக்கொண்டது. வீட்டிற்குள் சென்று கை முகம் கழுவி சிறிது நேரம் நாற்காலியில் சாய்ந்தார். இன்னும் படபடத்துக்கொண்டிருந்தது.

கைதட்டல் ஓசை கேட்டு மீண்டார் குத்தூஸ். சம்பத் இன்னொரு குறள் சொல்லியிருக்கவேண்டும். பன்றிகள் அவர் மதில்பக்கம் வருவதே யில்லை. அந்த இடத்தைச் சுத்தம் செய்து சில மரக்கன்றுகளை நட்டு வைத்தனர். ஒரு சிறு புல்வெளிபோல ஆக்கினர். அதன்பின்னும் அந்த இடம் இன்னும் வெறுமையாக இருப்பது போலவே தோன்றியது. அது அவருக்குக் குற்றவுணர்ச்சியைத் தூண்டியது. தினமும் நடைப் பயிற்சிக்குச் செல்லும்போது பன்றிகள் புதிதாகத் தேர்ந்தெடுத்துள்ள விளையாட்டுத் திடலையொட்டிய இடத்திற்குச் சென்று டோராவைப் பார்த்து வருவார். அதன் மென்மை இன்னும் அவர் கைகளில் ஒட்டியிருந்தது.

''அடுத்து தலைவரைப் பேச அழைத்து அமர்கிறேன்.'' கைத்தட்ட லோடு அமர்ந்தார் சம்பத். குத்தூஸ் ஒலிபெருக்கி முன் நின்றார்.

''நண்பர்களே! ஒருவரை நாம் வெறுக்கும்போதும் விரும்பும்போதும் ஒரு எல்லைக்குள் நிற்கிறோம். ஆனால் அது கொஞ்சம் நீண்டு போகும்போது ஒரு உரிமை எடுத்துக்கொள்கிறோம். அதுவரையிலான நம் அன்பு, எல்லை தாண்டும்போது உரிமை என்றாகிறது என்பது நமக்குத் தெரிவதில்லை. அப்போது அனைத்தும் தலைகீழாக ஆகிவிடுகிறது. அது தெரிந்தபின் செய்வதற்கு ஒன்றும் இருப்பதில்லை.'' குத்தூஸுக்குச் சற்றுத் தொண்டையடைத்துக் கொண்டது. தான் இங்கு ஏதாவது உளறப்போகிறோம் என உறைத்து, தண்ணீர் குடிக்க மூடியைத் திறந்தார்.

''அதைத்தான் அன்பிற்கும் உண்டோ அடைக்குந்தாழ் ஆர்வலர் ங்கிறாரு வள்ளுவர்'' என்றார் சம்பத் தன் இருக்கையில் அமர்ந்தபடி. ஆய்வாளர் அற்புதம் எனத் தன் கட்டைவிரலை உயர்த்திக் காட்டினார்.

சற்று நேரம் அவர்களை வெறித்துப்பார்த்த குத்தூஸ், தன்னை ஆசுவாசப்படுத்திக்கொண்டு இயல்பாக ஏற்புரையைத் துவங்கி நன்றி எனக்கூறி முடித்துக்கொண்டார். வீட்டிற்குத் திரும்பியபோது இம்ரான் தன் இடது உள்ளங்கையில் வலது முழங்கையை வைத்து உள்ளங்கையை மடக்கி புஸ் புஸ் ஹியர், புஸ் புஸ் தேர் எனப்பாடியபடி ஆடிவந்தான். மகனும் மருமகளும் மதிலுக்கு அந்தப்பக்கம் பார்த்துக் கொண்டிருந்தனர்.

''ஏக் படீ சாம்ப் ஹை ஜி'' என்றாள் ஜைனம் தன் இரு கைகளையும் அகல விரித்தபடி.

அந்தக்கணம் பாம்பைவிட சம்பத்தை எண்ணி அவருக்குக் கதி கலங்கியது

# அசையும் யோலை

ம.மணிபாரதி

விடை தெரியாத கேள்விகளுக்கு விடையைத் தேடிக்கொண்டு மனதின் உச்சாணிக்கொம்பில் ஒரு தர்க்க வட்டத்தில் சுற்றி இதுநாள் வரையிலும் ஒரு வழியாக உருண்டு உருண்டு நகர்ந்து கொண்டிருக் கிறேன். எந்தவித சம்பந்தமும் இல்லாமல் குரைக்கும் நாய்களின் சத்தங்களைப் பொறுத்துக் கொண்டு, ஐன்னல் கண்ணாடியினைத் தாண்டி விழுந்து மறையும் லைட் வெளிச்ச மூலையில் உட்கார்ந்துகொண்டு அவள் உறங்கிக் கொண்டிருப்பதை இந்த நேரத்தில் நினைத்து, சென்று உள் அறையில் அந்தக் கட்டிலுக்கு கீழே படுத்துக் கொண்டிருப்பவளை எட்டிப் பார்த்தாலும் எதுவும் இப்போதைக்கு நடந்து விடப்போவ தில்லை. அதனால் இப்படி அமர்ந்துகொண்டு எவனையோ நினைத்து நான் இப்படி அமர்ந்து கொண்டிருக்கிறேன். சப் ரெஜிஸ்டர் ஆபிஸ் வராண்டாவில், பின் பக்கத்தை அழுத்தி உரசிப் பார்த்துவிட்டுப் போய்விட்டான். கலங்கிய நீர் ஊறித் தத்தளித்துக்கொண்டிருந்த டம்பளரை வாஷ்பேஸனில் இருந்து எடுத்துக்கொண்டு கீழே வைத்துவிட்டு அருகே அமர்ந்தேன். சிகிரெட்டை அணைத்துவிட்டுத் திருப்பிப் பார்த்தேன், இது வெறும் மரம்.

புதிய குடித்தனுத்தானாக வந்து தங்கி முட்டையிட்டு, விழாத கூடமைத்து குஞ்சுகளைப் பொத்திப் பாதுகாக்கும் காகமோ, அதன் வளர்ந்துவிட்ட குஞ்சுகளோ சிறகசைவின் சத்தம் கேட்டது. இந்தக் காகத்தின் உலகத்தினைக் காப்பியடித்துச் சொல்வது, இல்லை கத்தை கத்தையாகக் கதை கட்டுவது எனக்குப் பொருந்தாது, உள்ளபடி சொன்னால் பகலில் அதற்கு நான் விரோதி, இரவில் நான் அதற்கு வேடிக்கைதான், நினைத்து நினைத்து நான் சண்டைபோட்டுக் கொள்ளலாம். பறவைகள் யோசித்து அதன் வேலையைக் காட்டி விடும். அவளின் நீண்ட கூந்தலைப் பிரித்து வெள்ளை வெள்ளை யாகப் பொடுகு மேயும் பேன்களை இங்கே அமர்ந்து பார்க்கச் சொன்னால், இதோ இந்த வாசற்படி தாண்டிதான்... உச்சந்தலையில் நீண்ட இரத்தக்கோடு. என்னை அலுவலகத்திற்கு வழியனுப்ப எட்டிப் பார்ப்பதற்கு வசதியான இடத்தில் நின்றது, அவள் தப்பு கிடையாது, முந்திக்கொண்ட காகத்தின் நகம் தன்னைக் காட்டிய விதம்தான் இது. அவளிடம் எதுவும் சொல்லாமல், உலர்ந்துப் போயிருந்த நீண்ட இரத்தக்கோட்டை மெதுமெதுவாக உதிர்த்து முடிகளுக்குள் தள்ளிவிட்டேன். அந்தக் காகத்தினை இப்போது நினைத்தும் ஒன்றும் உபயோகமில்லை,

எண்ணங்களைத் துரத்தாத வாழ்கையேது, ஆசை பெரிய தூலஸ்தாபம். அது அசைந்து, தன்னை மட்டும் காட்டிக்கொள்ளும். அலுவலகத்திற்குச் சென்று திரும்பி ஏங்கரில் தொங்கவிட்டிருக்கும் பச்சை நிற சர்ட்டுக்குள் தொங்கிக்கொண்டிருக்கும் கண்ணாடியை எடுத்துவர உள்ளே சென்றேன். முன்பு வாழ்ந்து ரிஷி என்று உலகத்தாரை நம்பவைத்துச் சென்றுவிட்டு அட்டை உலகத்திலுருந்து அசையாத பார்வையை வீசிக்கொண்டிருந்தவரைப் பார்த்து தாண்டி விட்டு கண்ணாடியை எடுத்துவிட்டு அவளைப் பார்த்தேன், மூச்சு சத்தமில்லாமல், கையை உருண்டையான வயிற்றைச் சுற்றிப் பிடித்துக்கொண்டு எதுவும் அறியாமல் தூங்கிக்கொண்டிருக்கிறாள். இன்று பகல் முழுக்க தேடுவதிலே கழிந்துவிட்டது, என்னையறிமாலே கை பாக்கெட்டைத் தடவிப்பார்கிறது. அந்த இடத்தல் கண்ணாடி இருந்தது, சாவி இருந்தது, கைககளும் சமயத்தில் தடவிப் தடவிப் பார்த்துக்கொண்டன. மாலை வாக்கில் எதிர்த்த மேஜையிலிருந்த பொருளை மறதியாக நான் எங்கோ வைத்துவிட்டு, எதை எதையோ தேடி உறுதிப்படுத்தி அதை மீண்டும் அதே இடத்தில் வைத்துப் பார்த்துக்கொண்டிருந்தேன். அந்தப் பொருள் பக்கத்திலே இருந்தும் என் கண்களுக்குப் புலப்படாமல் இருந்த அதனுடைய வாய்ப்பை நினைத்து வெந்து, உருகி, புலம்பி சுமார் ஒரு மணி நேரமாக, அதைத் தேடி அலைந்துகொண்டிருக்கிறேன். அதி வேகத்தில் பேருந்து தன்

வேகத்தைக் காட்டியபடி கூவிச் சென்றது அந்த நேரத்தில். இந்த ஓசைகளெல்லாம், கேள்வியாக எதிரொலிப்பதைப் பார்த்து ஒளிந்து கொள்ள இடமில்லாமல் இந்தப் படியின் மீது அமர்ந்து கொள்ளலாமா... எவ்வளவு நேரம், இந்தப் படியில் அமருவது... படியைப் பார்த்தேன். மாலை வெயிலை மறைத்துக்கொண்டு மரங்கள், எண்ணங்கள், கட்டடங்கள், இன்னும் எதுஎதுவோ, அதைப்பற்றி எனக்குக் கவலையில்லை.

எனக்கு இப்போதைக்குத் தேவையானது தொலைந்துவிட்டதைச் சீக்கிரத்திலே கண்டுபிடித்திட வேண்டும். 'ஆற்றல் கொண்ட அரவானி'; வேதாந்திகளின் கண்கள் சுற்றிச் சுற்றி வருமோ? இவர்களைப்போன்ற வேதாந்திகளுக்கு வாசிக்க புல்லாங்குழலைக் கொடுத்துவிடலாம். நல்ல சினைமாட்டின் மீது ஏறி அமர்ந்து வீணையில்லாமல், வீணையை வாசிப்பது போன்ற யோகத்தில் நெடுங்காலம் இவர்களின் காலைப்பிடித்துக்கொண்டு, சுற்றிக் கொள்ளலாம். எதிர்த்த கதவு திறக்கவில்லை, எதிர்த்த என் அருகே அமரந்தவளின் உருண்டு பருத்த முலைகளை உருவி, மேல்ஏற்றி உடையைச் சீர் படுத்திக்கொள்கிறாள். அருகே நெருங்கி வந்து என் அனுமதியே இல்லாமல் எனது பின்புறத்தை உரசி உரசிப் பார்த்து விட்டுச்செல்லும், அரவானிக் கூட்டங்கள்.

அவன் வழிந்து கட்டிப் பேசிக்கொண்டிருந்தான். அவனைப் பார்த்த மாத்திரத்திலே, அல்லல்பட்டு மறைத்து இதுவரை தனது ஆண் அடையாளத்தில் ஒழிந்துகொண்டு, சே, சே எவ்வளவு அவனைப் பற்றி நினைப்பது, ஒரே அடியாக சொல்லிக்கொள்ளாலாம், பொட்டையன்.

என் செல் நெம்பரை அவனுக்கு எழுதிக்கொடுத்துவிட்டு அவனது எதிர்காலத்தில் நான் மாட்டிக்கொள்ளும் சூழலை நினைவோட்டிப் பார்த்தேன். அது எந்தக் காட்சிகளும் இல்லாமல், பால் வெறுப்பைக் காட்டிக்கொள்ளும் பத்தில் மறைந்திருந்த உணர்வுக்குள் ஒளிந்து கொண்டு கிழவன் தொங்கிப்போன அவனது கிழட்டு வாங்க்குக்காக என்னிடம் பேசி சைசாக முதல் காரியத்தை முடித்துவிட்டுச் சென்று விட்டான், பன்னிரண்டு நிமிடங்களுக்கு மேலே அவன் புலம்பிவிட்டு பதிலாக நம்பரை வாங்கிக்கொண்டு சென்று விட்டான், அரவானிக் கிழவன்தான் சந்தேகமே இல்லை. அந்தக் கிழவனை நினைத்துப் பார்த்தேன். கண்கள் ஒடுங்கிப்போய், அவன் வழிந்து வழிந்து பேசப்போகிறான், அதிகபட்சமாக, எந்த ஊர், இங்க எப்படி, இப்படி ஒரு திருவிழா அலைப்போடு அவன் தன்னை முற்றிலும் என் தொடர்பிலிருந்து அவனே விலகி விடுவான். முதலில் திருப்திபட்டுக் கொண்டேன். இல்லை அதற்கு நேரமில்லை, முதல் அலைப்பிலே

அவனிடம் தெளிவாகச் சொல்லி விடவேண்டும், உங்கள் ஆசைக்கும், எனது ஒத்தாசைக்கும் சம்பந்தம் உண்டு.

என்றோ, எங்களூரில் அவன் தேய்த்துச் சென்றுவிட்ட குழந்தையின் உடலை நினைத்து, தேய்ச்சவனும் அரவானிதான் சந்தேகமே இல்லை, அவன் கையசைவு அதை நளினமாக தன்னைக் காட்டிக் கொள்ளும். நான்கு காலில் அமர்ந்துகிடக்கும் ஆளில்லா சிவப்பு நாற்காலியில்தான் கிழவன் அமர்ந்திருந்துவிட்டு இப்போ கொஞ்ச நேரத்திற்கு முன்புதான் எழுந்து சென்றான், அவன் அழைக்கும்போது தெளிவாகச் சொல்லி விடவேண்டும், அந்த வட்டத்திற்குள் உள்ளவர்கள் அவர்கள்தான். நீங்கள் என்னிடம் எதிர்பார்ப்பதை விட அவர்களிடம் சென்றால் எளிமையாக முடிந்துவிடும், என்னிடம் உதவியை நாடிக்கொண்டு வரலாம், அவனைத் தொடர்பு கொள்ளாமல் இருக்க அழைப்பை ஏற்க மறுத்துவிடலாம், இது எல்லாம் தவறாக முடிந்துவிடலம், அவர் எளிமையாக தனது காரியத்தைச் செய்து விட்டுச் செல்லலாம். அவர் அரவானியாக இருந்தால் நமக்கென்ன.

மீண்டும் அந்தக் கிழவன் எதிர்த்தமாதிரி சேரில் அமர்ந்திருப்பதை நினைத்துக்கொண்டு பார்க்க தூண்டியதால் பார்த்தேன், வெறுப் போடு பார்வையைத் திருப்பிக்கொண்டேன்,

சதுர கட்டடத்தில் மேலும் கீழும் அலையமுடியாத படி வாழ நேர்ந்தது என் விதியல்ல, சொன்னால் கேட்டுக்கொள்ளவேண்டும், எவனோ கட்டளையிட்டதை முடிக்க நான் ஓடுகிறேன், அவ்வளவு தான். வெள்ளைத்தாளை எடுத்து நீண்ட கோடு மேல்பக்கம் இழுத்து விட்டு அந்த வேளையைத் தள்ளிப்போட்டும் மீண்டும் எண்ண வோட்டத்திற்குள் குதித்தேன்.

திரும்பிப்பார்க்கும் போது மேரி, கொலுசுக்கு மேல்புறத்தை சொறிந்துகொண்டிருந்தாள். இரண்டு முறை அப்படி அவள் கீறிக் கொண்டாதால், அது வரை நான் மாட்டிக்கொண்டிருந்த செருப்பை கழட்டிவிட்டு வியர்வை ஊறிய காலை நீட்டி மேஜைக் கட்டைமீது பாதத்தைவைத்து இடையிலிருந்து அப்படியே இரண்டு கால்களை யும் வேகமாக அசைத்தேன், அவளைத் திரும்பி பார்க்க வைப்பதற்கு. அவள் திரும்பிப் பார்ப்பதற்குள், அவளுடைய வேலையில் மூழ்கிவிட்டாள். மீண்டும் ஒரு வெள்ளைத் தாளை எடுத்து எனது விதியை நானே சமைத்துக்கொள்ளலாம் என்று நினைக்க வெறி வந்து விட்டது. பதில் சொல்லாமல் ஓடும் அனைவருமே பெட்டைகள் தான். டேய் பொட்டையான்னு காற்றிலிருந்து பதில்வந்தாலும் என்னால் செய்வதற்கு ஒன்றுமே இல்லை. இது வீண் அது வீண் எனச் சொல்வதற்கு வேடிக்கையான நிறைகள்தான் வரலாறு எங்கும்

நிறைந்திருக்கின்றன. மேல் பாக்கெட், மேஜை டிராவ், பேண்ட் பாக்கெட், வண்டியை எட்டிக்கூடப் பார்த்துவிட்டு வந்து மறுமுறையும் தேட ஆரம்பித்துவிட்டேன். எங்கே தொலைந்தது எனக் கண்டுபிடிக்கவே முடியவில்லை. இனி என்பாடு அவ்வளவுதான். படிக்கட்டை விட்டு இறங்கி, சென்று வந்த இடங்களிலெல்லாம் பொறுமையாகத் தேடிப்பார்த்தபடி நடந்து சென்று விட்டு மீண்டும் வந்து நாற்காலியில் அமரந்துகொண்டேன். விரலைக் காதின் ஓட்டைக்குள் விட்டு ஆட்டிக்கொண்டே அவளைப் பார்க்காதது போல் பார்த்தேன், அவள் தனக்கு முன் விரிந்து கிடந்து மேஜை விரிப்பில் தன்னைப் பாதியாகப் பிரித்துக் கொடுத்துவிட்டு தனது பக்கத்தைத் திறந்து காட்டிக்கொண்டு காற்றில் ஆடிக்கொண்டிருந்த பேப்பரில் பென்சிலால் டிக் செய்துக்கொண்டிருந்தாள். அவளின் உலகம் பக்கத்தில்தான் உள்ளது, அதை எட்டிப் பிடிக்க முடியாது.

அப்படியொன்றும் அதிசயமானது எதுவுமில்லை, நான் ஓடிக்கொண்டிருப்பது கிளர்ச்சிக்காக. வண்டியின் சாவியை வைத்த இடத்தினை மறந்து தொலைத்துவிட்டேன், அது எல்லாரும் சொல்வது போல நிச்சயமாக கால்முளைத்துப் போய்விடவில்லை என்று மட்டும் உறுதியாக மனதைத் திடப்படுத்திக்கொண்டு மீண்டும் அந்தச் சாவியை நினைத்துக்கொண்டு படிக்கட்டினைக் கடக்க வேண்டிய கட்டாயம் எதுவும் இல்லை. ஆனால் நான் சாவியை விடாமல், எண்ணத்திலும், எனக்கு எதிர்த்த உலகத்திலும், என் அக உலகத்திலும் இன்னும் கண்ணில் எவையெல்லாம் படுகிறதோ, அவற்றை எல்லாவற்றையும் அந்த கீ செயின் இல்லாத சாவியை நினைத்து நினைத்து இப்படி இந்த ஒரு மணி நேரத்தைக் கடந்து விட்டதே... எண்ணச் சுழல்கள், ஒரே இடத்தில் சக்கர வட்டம் தான் அடித்துக்கொண்டிருக்கிறது.

சாவியைக் கண்டுபிடிக்கத் துப்பில்லை எனக் காரித்து என்னுள்ளேயே துப்பிக்கொண்டுவிட்டு, சாவியைத் தொலைத்தது அப்படியொன்றும் முக்கியமில்லை, இந்த உடம்பிற்கு அப்படி இல்லையே... ஒரு துக்கப் பாட்டு ஒன்றைப் பாடிப் பார்த்துக்கொண்டு, சாவியை பதற்றமில்லாமல் தேடியாகவேண்டும். தேடித்தான் ஆகவேண்டும். அது இல்லாமல் என்னால் இப்போதைக்குக் காசைச் செலவழிக்க முடியாது. நான் இவ்வளவு நேரமாகத் தேடுவதை இதுவரை உணர்ந்துகொண்டிருந்த அவளும் இந்த முறை இணைந்து கொண்டாள். நான் சாவி தொலைந்த கதையைப் பற்றிச் சொன்னேன். அவளும் அதைக்கேட்டுக்கொண்டே சாவியை அவளைச் சுற்றிக் கிடந்த மர மேஜைகளின் மீது தேடிப் பார்க்கிறாள். நானும் அவள் தேடுவதைப் பார்த்து, அந்தச் சாவி தொலைந்துபோனதற்கான

சாத்தியங்களைப்பற்றி இந்த முறை கூறிக்கொண்டே, என் மேஜையை மறுமுறையும் தடவிப்பார்த்தேன்.

கொஞ்சம் கவனமா இருக்கல, இல்ல சார்.

ஆமா மேடம். நிஜமாகவே, இனிமேல் இந்த மாதிரி சாவியைத் தொலைத்துவிட்டுத் தேடக் கூடாது, இந்த ஒருமுறை கிடைத்து விட்டால் போதும் பிறகு அதைக் கவனமாகப் பார்த்துக்கொள்ள வேண்டும், ஆனால் அந்தச் சாவி எங்கே தொலைந்துபோயிருக்கும்? அவள் எனக்காகப் பரிதாபப் பட்டுக்கொண்டாள். நானும் அவள் எனக்காகத் தேடுவதைப்பற்றி, நினைத்து, இந்தச் சாவி என்னை இப்படித் தவிக்க விட்டதே என்று அதன்மீது பரம கோபத்தில் இருந்தேன்.

மாலை மந்தம், பனிபிடித்த காற்று, தூறல் மழை. திரு.ராமன் வெள்ளைநிற சர்ட், கருப்பு நிறத்தில் பேண்ட், பற்களில் இரத்தம் கசியும் முகத்தோடு வந்து கொண்டிருந்தவருக்கு முன்பு நீண்டு ஒல்லியாக, திரு.ராஜ்குமார் கட்டம்போட்ட சர்ட்டுக்குள் தன்னை ஒளித்துவைத்துக்கொண்டு வந்தார். அவரைப் பார்த்ததும் நான் சாவி தொலைந்துப்போன கதையினை மீண்டும் கூற ஆரம்பித்தேன். இந்தச் சமயம் அவர்கள் எல்லோரும் வீட்டிற்குத் திரும்புவதைப் பார்க்கையில் நேரமாகுவதும் அந்தச் சாவிக் கிடைக்காத எரிச்சலும் என்னுள் தெளிவாகத் தெரிந்தது. கோபமும் பிய்த்துக்கொண்டு உத்வேகமாக ஓட ஆரம்பித்துக்கொண்டிருந்ததை என்னாலே உணரமுடிந்தது. சாரலும் சொட்ட ஆரம்பித்துவிட்டது. இந்தச் சாவி கதையைக் கேட்டுவிட்டு பாக்கெட்டுக்குள் கையை நுழைத்த இராமனுக்கு எனது வண்டிச் சாவி கிடைத்தது, எனக்கு ஆச்சரியமாகப் படவில்லை. அவர் அதனை ஆச்சரியத்தோடு விளக்கிச்சொன்னார். நானும் அந்தச் சாவி மீண்டு வந்த கதையை சுவாரசியமாகக் கேட்பதற்கு என்னை நானே கேட்பதற்கு இலகுவாக்கி அங்கே சிரித்து, இருவரின் சிரிப்பினையும் பார்த்து மழுப்பிவிட்டு வேண்டாவெறுப்பாக சிரித்து வைத்துவிட்டு, நல்ல கதயா போச்சு சார், என்று சாவியை ஒரு வழியாக எனது பேண்ட் பாக்கெட்டுக்குள் வைத்துக்கொண்டு படிக்கட்டை நோக்கிச் சென்றேன்.

எனது வண்டி சாய்ந்துகொண்டு எதுவும் தெரியாமல் அது செவனேனு நின்றுக்கொண்டிருக்கிறது. வண்டியை நெருங்குவதற்குள், போன் அலறித் தொலைக்கிறது. எதிலிருந்தோ விடுபட்ட உணர்வில், வந்த போன் அட்டன் செய்துவிட்டு, பதில் மொழிக்கு ஏற்றவாறு வண்டியை உதைத்து ஆரம்பித்து வதைத்துவிட்டு, என்னை இப்போது அலைத்த வரை நோக்கிச் சென்றுகொண்டிக்கிறேன். கிடைத்த இந்தக் கொஞ்ச

நேரத்தில் அந்த பிதாவின் பலகீனங்களை, பெரும் பலமாக மாற்றிக் கொள்ளும் ஆலேலூயா தத்துவத்தை.... சிறிது நேரம் வாயை அசைத்து வண்டியின் மேல் அமர்ந்து சென்றுகொண்டிருப்பதை எதிரில் வருபவன் பார்த்து அவன் பங்கிற்குச் சிரித்து வைத்துவிட்டுப் போகிறான். இப்பொழுது பார்க் செல்பவரும் பார்த்த கணமே என்னைப் பார்த்ததும் சிரித்துவிடுவார். நானும் அவரைப் பார்த்து ஒரு வணக்கத்தைப் போட்டுவிட்டு பக்கமாக நின்றுகொள்வேன்.

எனக்கு உவப்பானது என்று சொல்வதற்கில்லை, நான் தொலைத்து விட்ட சமயத்தை எவ்வளவு நினைத்தும் தெளிவாகச் காட்சியில் வடித்து வீழ்த்த முடியவில்லை, நான் என்னைப் பார்ப்பதா, என்னைச் சுற்றிப் பார்ப்பதா? இந்த குழப்பத்திலே, இந்த நேரத்தையும் கடத்திக் கொண்டிருக்கிறேன். இதில் எந்த உபயோகமும் இருந்து விடப் போவதில்லை. இந்த உபயோகம் என தோன்றியபொழுது என்னைப் பார்த்துக்கொண்டேன், எனது ரோமமயிர், மின்விசிறியின் சுழற்சிக்கு ஆடிக்கொண்டிருந்தது, எனது திட்டத்தை, வகுப்பதற்குக் கொஞ்சம் சுய இரக்கம் வேண்டும். அது இல்லாமல் என்னால் தொலைந்து விட்டதைக் கண்டுபிடிக்க முடியாது. நான் கிடைக்காத பொருளைப் பற்றி ஏங்கித் திரிபவன் கிடையாது. இது என் ஐகத் தோழனான ஊமைக்கு நன்றாகத் தெரியும். அவன் வழக்கமாக இந்த நேரத்தில் வந்து விடுவான், தாமதத்திற்கு அரிதான காரணம் எதையும் அவன் கூறிவிடப்போவதில்லை. ஆனால் அவன் கட்டும் சப்பைக் கட்டை எப்படித் தாங்கிக்கொண்டு கேட்பது, உரக்கச் சொல்லிவிட்டால் கூட அது சீக்கிரத்தில் சென்று எதிரொலிகளாக முடிந்து விடும், அவனுக்கு சைகையில் விளக்கி அந்தச் சைகைகளை சரியா என அவன் விளக்கிக் காட்டுவதற்குள் எனக்குப் புரியாவிட்டாலும் கூடப் புரிந்தது மாதிரியே நடித்து அவனை ஏமாற்றிவிட வேண்டும்;

ஏதாவது ஒரு சக்கரத்தில் இந்த உளறல்களும் ஒரு கோட்டின் புள்ளியாகத் தன்னை மாற்றிவிடக் கூடும் என்பதை நான் கவனமாகப் பார்த்துக்கொண்டிருந்தேன். அந்த எண்ணம் ஓடி எதிரே விழுந்து கிடக்கும் மர இலைகளைச் சென்று தொட்டது. கொஞ்ச நேரம் பார்த்துவிட்டு இந்த விரல்களின் தீண்டலுக்கு சூடாகத் தன்னை மிருதுவாக்கிக்கொண்ட முலைகளுக்கு நான் என்ன சொல்லி நானே ஆறுதல் அடைந்துகொள்வது? அவள் நெடுநாள் தேடிய யோனி, தூதை விடாதே, உருகொண்ட செயலெல்லாம், உருவாகத் தோன்றுவ தில்லை. கவனம், இவள் உருவேண்டும் என்று வலை வீசுகிறாள், இவளுக்குள் உருவை நான் ஏற்றிவைக்கப் போவதில்லை.

இரண்டாகப் பிளந்து மார்பின் காம்புகளைத் தடவிப்பார்த்தபோது அகம் சொல்லிக்கொண்டது, நெடுநாள் தேடிய யோனி அவளிடம்

சென்று கேட்காதே. யோனி நிறைய பதிலை வாரி இரைப்பாள், நிலவு, நாம மந்திரம் பஜ கோவிந்தம், பஜ கோவிந்தம், பஜ, பஜ,பஜ,பஜ கோவிந்தம். என்னை நானே ஆற்றிக்கொண்டு, சென்று கொண்டிருக்கும் நினைவின் வானத்தில் எங்கிருந்தோ வந்து சென்று மறையும் அந்தக் கட்டுக்கதை வீண்மீன் மாதிரி ''நானும் பயந்து ஓடுபவன்தான் என்ற எண்ண, மீனும் இயல்பாக ஓடிக்கடந்தது. அந்த செல் நம்பரை எழுதிக்கொடுத்த கணத்தை நினைவிற்குக் கொண்டு வந்து பார்க்கிறேன். அந்தப் பத்து நம்பரும் அந்தக் கிழவனும் என் முகமும் அவள் முகமும், இந்தத் தென்னை, சணப்பு, பாத்தி, அந்த அலுவலகம், நகரும் மேகம் அப்பறம் முடிவற்ற வானம், சதா சுற்றியலையும் சென்னையின் தற்காலிகவாசிகளைத் தூக்கியலையும் பேருந்துகள்... நாளை இந்த அலுவலகத்திற்கு வரும்போது, நிச்சயம் இந்த நிகழ்வுகள் திரும்ப நடக்கவே நடக்காது. அதற்கு என் வாழ்வே உறுதி.

எதிர்பார்ப்போடும் எதிர்ப்போடும், சமயத்தில் ஏமாந்து போயும் நான் எனக்கு வரும் நம்பரை கவனமாக அட்டன்செய்ய இன்று வரை பழகிக்கொண்டிருக்கிறேன். நான் எதிர்பார்க்கும் அழைப்பு வந்து விடவே கூடாது. குழந்தை தன் கட்டைவிரலையே கவ்விக்கொண்டு இருக்கலாம்.

---

www.ingramcontent.com/pod-product-compliance
Lightning Source LLC
LaVergne TN
LVHW100337051026
849518LV00003B/818